D9900192

Nanadanaru Charitamu

Oruganti Venkata Krishnayya

Nabu Public Domain Reprints:

You are holding a reproduction of an original work published before 1923 that is in the public domain in the United States of America, and possibly other countries. You may freely copy and distribute this work as no entity (individual or corporate) has a copyright on the body of the work. This book may contain prior copyright references, and library stamps (as most of these works were scanned from library copies). These have been scanned and retained as part of the historical artifact.

This book may have occasional imperfections such as missing or blurred pages, poor pictures, errant marks, etc. that were either part of the original artifact, or were introduced by the scanning process. We believe this work is culturally important, and despite the imperfections, have elected to bring it back into print as part of our continuing commitment to the preservation of printed works worldwide. We appreciate your understanding of the imperfections in the preservation process, and hope you enjoy this valuable book.

హిందూమతపరిణామమునందు భక్తియోగము పూర్ణయోగఘట్టము. కర్మయోగము జ్ఞానయోగము భక్తియోగమునందు సమన్వయము పొందుచున్నవి. వేదాంతము భక్తియోగమునందు సార్థక మగుచున్నది. భక్త బృందావనమునందు మమకారాహంకారపరములైన మతకులజాతిదేశా భేదము లంతరించి మానవప్రేమపరమైన భగవత్కైంకర్యము సాధ్యమగుచున్నది. దురారాధ్యమైన కర్మమార్గము శిథిలమై సుఖారాధ్యమైన భక్తిమార్గము హిందూమతమునందు ప్రబలినవిధమును హిందూమతేతిహాసములు వేనోళ్లను చాటుచున్నవి. అంత్యజులు అగ్రజులకు జ్ఞానోపదేశమును జేసి కృతార్థులను జేసిన విధమును ధర్మవ్యాధోపాఖ్యానాద్యుపాఖ్యానములు బోధించుచున్నవి. ఆత్మగతమైన భక్తియోగము బాహ్యలక్ష్యములైన వర్ణాశ్రమాదులను జయించినవిధమును భక్తులజీవితచరిత్రములు తెలుపుచున్నవి. శివసాన్నిధ్యమందు మానవకల్పితములైన అగ్రజాత్యంత్యజభేదములు లే వనెడి వేదాంతోపదేశమును భక్తిమార్గము నిత్యజీవనమునందు సార్థకము చేయుచున్నది. భక్తుల దివ్యచరిత్రలందు మాలభక్తుండైన నందనారుచరిత్రము పరంజ్యోతివలె ప్రకాశించుచు నన్ని వర్ణములవారికిని జ్ఞానోపదేశము చేయుచున్నది. పవిత్రమైన నందనారు చరిత్రమును శ్రీయుత ఓరుగంటి కృష్ణకౌండిన్యుఁడుగారు నాటకరూపమున, వర్తమానకాలరూపముల కనురూపముగ, రచియించి సనాతన సంస్కర్తల కృతజ్ఞతకు పాత్రులైరి.

నందనారుచరిత్రాంశము సామాన్యులకును తెలిసిన విషయము. నందనారు మాలపాలేరు. నటరాజభట్టరు బ్రాహ్మణయజమాని. నంద

దశ పాదశములు [illegible] నున్న [illegible], అవ
లంబించిన రచనావిధానము రసభావప్రకటనమునకు శ్లాఘ్యముగ నున్నది. నాటకమునకు నందనారుచరిత మని నామకరణము చేసినను విశ్వనాథ భట్టరును ప్రధానపాత్రముగఁ గైకొనుట భావౌచిత్యమునకుఁ దగియున్నది. విశ్వనాథభట్టరు నటరాజభట్టరునికుమారుఁడు. నాటకము విశ్వనాథభట్టరుపాత్రముతో నారంభాంతముల నొందుచున్నది.

విశ్వనాథభట్టరు అగ్రజుఁడు, నందనారునకు స్వామి. నందనారు మాలయును పాలేరును. మాలపాలేరైన నందనారునకు విశ్వనాథ భట్టరు శిష్యుఁడును, భక్తుఁడును, సహచరుఁడునునై భక్తిప్రభావమును పండితపామరులకు సుగమము చేసినవిధమును నాటకము గంభీరముగను సరళముగను ప్రదర్శించుచున్నది. విశ్వనాథభట్టరు బ్రాహ్మణవంశజుఁడు, మహాపండితుఁడు, యువకుఁడు, ధర్మపరాయణుఁడు; అయినను కులమును, సుఖమును, సంసారమును విడిచి ధర్మారాధనపరాయణుఁడై కృతార్థుఁ డయ్యెను. సనాతనమైన హిందూమతప్రవాహము నవజీవనమును వికసింపఁజేయఁగలవిధమునకు విశ్వనాథభట్టరుచరిత్రము ప్రమాణము. హిందూమతమును కృశింపఁజేయుచున్న అంటరానితనము, దేవాలయప్రవేశనిరోధము మొదలగుదురాచారములు పోవుటకు బ్రాహ్మణులు మార్గదర్శకులు గాఁగలవిధమును నాటకము బోధించుచున్నది. విశ్వనాథుఁడు శిరమున నంజలి ఘటియించి నందునకు సాష్టాంగప్రణామము చేయుచు వెల్లడిచేసిన భావములును, అప్పయదీక్షితునకుఁ దెలిపిన భావములును హృద్యముగ నున్నవి.

అంతరంగనిష్ఠ మాత్రోర్మరుభాసమ్ము
చక్షువులకుఁ దెలిసె; శాంతమహము

మాలయ, మైన నేమి ? యనుమానము లేదు; శుభుండు;
బ్రహ్మసూ
త్రాలు పఠించునర్థము ముదమ్మునగ మూర్తి ధరించె నిట్టు లా
బాలసుధాంశు శేఖరుని బంధుర తేజము గాని వేఱె ? పా
పాల దహించువారయిన భక్తి భజింపుఁడు వీనిపాదముల్.

నందనారు తనతండ్రివలనపడినకష్టములకు విశ్వనాథభట్టరు పొందినసంతాపము అగ్రజాలకు ధర్మనిర్వహణమార్గమును బోధించు చున్నది.

ఈయఘు మెట్లు పాయునొకో!
యిమ్మహితాత్ముఁడె యింటిబంటి, దే
వో యిటు వేషధారి యయి
మోహము గొల్పెఁగఁ జంద్రమౌళికిన్ ;
ఆయతిమూఢభావముల
నర్మిలితోన హరించు నేర్పొకో!
ఈయనఘాత్మ పాదయుగ
మిచ్చుత మాకు మహోదయమ్ములన్.

నందస్వామి నటరాజస్వామితో సైక్యమును పొందినపుడు విశ్వనాథభట్టరునకు కలిగిన విషాదానందములు హిందూమతసంప్రదాయము లందలి యథార్థమైన భక్తి పరమార్థమును బోధించుచున్నవి.

విషాదమ్ములున్
మన సెట్లోర్చును ? నీదురంతవిధి నేమందుండునుంబోలెనై
తిని, నీయానతిఁ దీర్చఁగావలయు నీదీనున్ గటాక్షింపుమా.

నాటకమునకు హృదయమైన నందనారుశీలము చక్కఁగ ప్రద ర్శింపఁబడినది. నిష్కామకర్మయోగమునకు నందుని ప్రవర్తనము ప్రమాణము. ద్వంద్వమోహవినిర్ముక్తుఁడైన నందనారునకు నటరాజభట్టరు పెట్టెడిబాధ లగోచరములై నటరాజస్వామిమాత్రమె సర్వత్ర గోచర మగుచుండెను. భగవంతుఁడు తనభక్తులహృదయములందు నివసించి యుండెడివిధమును నందనారుమాహాత్మ్యములు విశదము చేయుచున్నవి. ప్రేమసాధ్యమైన భక్తిమార్గమును నందనారుచరిత్రమునందలి పిట్టలు చేసు మేసినవృత్తాంతము సువ్యక్తము చెయుచున్నది.

రయమునఁ బోయి, నాచెలువురమ్యకళాయుత దేహశోభ నె
ల్ల యనుభవించి, మ్రొక్కులిడి, లాలనభాగ్యము పొంద
నేర్తు రే;
నయమున లేదు, శోకమున నాకొనఁగూడద, యెంచు టెట్టిల
య్యయగజనాథుఁ జూచి నయనార్తిఁ దొలంచు సుఖంపు
మార్గముల్.

నటరాజభట్టరు పశ్చాత్తాపమును బొంది నందనారునకు శిష్యుఁడై నపుడు ఆయనకు చేసినయుపదేశము సకలజనులకును మాననీయము.

సకల మిలను శివుని చరరూపవిభవమ్ము;
భేదభావ మెంచ బిరుదు గాదు,

ఉన్నదానఁ దృష్టి నొందినవిజ్ఞుఁడు
పొందు సుఖము, పొందు పుణ్యచయము.
భక్తిలేనివాని భగవానుఁడైనను?
జ్ఞాన మిచ్చి ప్రోచు కరణి గలదె

నందనారు మమకారాహంకారములను విడిచి భ
మును చేరిన యద్భుతదృశ్యము సనాతనులకును, సంస్క
మైన భక్తిప్రభావమును పరిస్ఫుటము చేయుచున్నది.

"ఇహామున్ బ్రోచి పరంబు గొల్తుమఁట; యిం
కే" యంచు గర్వమ్ముఁ
ను హతాశుల్ గనలేరు నాథు నదియున్
దోషప్రకారంబె కా
'అహ'మన్ భావము ద్రోచుటే సుఖము; '
యన్ దృష్టియే మూల
యిహపరవ్యాప్తికిఁ; గాన నా'యహమిక'
న్నీశున్ సమర్పింపవ

ఆచారపాశబద్ధమును, జడప్రాయమును, దురారాధ్య
హిందూమతసంఘమునందు ధర్మోద్ధరణావసరమును నం
చరిత్రసంకీర్తనము విశదము చేయుచున్నది. ఈ పవిత్రచరి
జుల కాత్మవిశ్వాసమునకును, అగ్రజుల కభిమాననిరూ
సాధనభూతముగ నున్నది. నాటకమునందువలెనే అ
త్తాపము నొంది హరిజనోద్ధరణమును స్వధర్మనిర్వాహణమును

హిందూసంఘమును కలవరపఱచుచున్న హరిజనసమస్యను నాటకరూపమున మనోహరముగ కల్పించిన శ్రీయుత కృష్ణకౌండిన్యుఁడుగారు ధన్యులు.

శైలి భావముల కనురూపముగను, సరళముగను, మధురముగను న్నది. సామాన్యపాత్రలు వాడుకభాషను వాడుట సమంజసము. పద్యములందు సంస్కృతభాషాప్రాబల్యము గోచరం బగుచున్నది. ప్రజాసామాన్యమున కుపయుక్తమైన గ్రంథమునందు తెలుఁగుభాష నధికతరముగ వాడుట ఉచితము. భావప్రకటనమునందును, వర్ణనలందును రసవంతములైన క్రొత్తకల్పనలు కలవు. పై నుదాహృతములైన పద్యములవలెనే ఈక్రిందిపద్యములును శైలికిని నూతనకల్పనలకును నిదర్శనములు.

యోగమునయందుఁ ద్రిగుణము లొనరు కరణి
నభ్రవీథిఁ దమశ్ఛవు లలరె, నంత
రజని యూర్చ్చిన కరుడైన రజము నాఁగ
శశి వెలింగెను, వెన్నెల సత్త్వ మొనరె.
అభ్రగంగాలహరి నోలలాడు విధువు
పరమశివునిమౌళి ననార్తవంపుఁబువ్వు;
అతని కరచర్చఁ గరఁగుచు నలరు చుక్క
లైందవామలమణిభూష లంబసిగను.

పాదమ్మంశధరిత్రిగర్వితుల సేవన్, వర్ణవిభ్రాంతులన్
వాదవ్యగ్రతఁ గాక ప్రేమసుధసంప్లావంబునన్, దేశ్యఁగా

నీదీనుల్ తరియింపఁ,దోఁచెనో కటా యీయంత్యవర్ణమ్మునం
దా దేవుండు జనౌఘరక్షకుఁడు దా నైశ్వర్యహీనంబుగాన్.

కృతికర్త శ్రీయుత కృష్ణకౌండిన్యుఁడుగారును, కృతిపోషకులు రేబాల సోదరులును యువకులు, నవజీవనప్రేమోపాసకులు. భగవంతుఁడు వీరి కభీష్టసిద్ధిని నిట్టి కావ్యరచనాపోషణభాగ్యమును నింకను నధికతరముగను గలుగఁజేయుఁగాత. ఆంధ్రలోక మీకృతియందలిగుణముల గ్రహించి దీనికి స్వాగతమును, గ్రంథకర్తకు ప్రోత్సాహమును నొసంగి హిందూమతధర్మరహస్యమును గ్రహించుట సమంజసము.

గ్రంథకర్త నాకీపరిచయవాక్యములను వ్రాయుట కవకాశమును గల్పించి గౌరవించినందులకు కృతజ్ఞుఁడను.

శ్రీముఖ సంవత్సర
జ్యేష్ఠ బ ౧౩ బుధవారము.

కా. నాగేశ్వరరావు.

భక్తిమార్గమున నీశ్వరుని సేవించి కృతార్థులైన ధన్యులలో నాది ద్రావిడభక్తుఁడైన నందనా రొకఁడు. అతనిచరిత్రము తెనుఁగున చిలకమర్తి లక్ష్మీనృసింహముగారిచే సంగ్రహముగ వచనమున రచితము. సంబంధముమొదలియారి తమిళ 'నందనారు' నాటకము యొక్క యాంధ్రానువాదమునను ఈతనికథ యుపలబ్ధము. ఇటీవల నొక రిరువురు హరిజనోద్ధరణకోలాహలప్రధానముగఁ దెనుఁగునాటకములుగ నీకథను దీర్చియున్నారు.

తమిళమునను సంస్కృతమునను ఈకథ కేయాకరము లున్నవో శ్రీ బులుసు వేంకటరమణయ్యగారు భారతి శ్రీముఖ మార్గశీర్ష సంచిక యందుఁ దెల్పియున్నారు. తద్వివరణ మొక్కింత.

1. క్రీ. శ. ౯-వ శతాబ్దిని సుందరస్వామి తన '<u>తేవారము</u>'న '<u>తిరుత్తొండత్తొహై</u>' అను భాగమున "<u>తిరునాళైప్పోవారు</u>"ను లింగైక్యము చెందిన భక్తుల నొక్కనిగా స్మరించియున్నాఁడు. 'తిరునాళైప్పోవారు' అన నందనారే యని ఎల్ల రంగీకరించిన విషయము.

2. క్రీ. శ. ౧౦-వ శతాబ్దిని నంబియాండార్ నంబి తన 'తిరుత్తొండర్ తిరువందాది'లో 'నాళైప్పోవారు' మాలయనియు, అయినను చిదంబరముదీక్షితు లతనికి నమస్కరించిరనియు నుడివెను.

3. ౧౧-వ శతాబ్దియందు శేక్కిడర్ పెఱియపురాణమును వ్రాసెను. దాన నందనారుచరితము (నాళైప్పోవార్ నామపూర్వకముగ) లబ్ధము.

డుఁడు ప్రయత్నించి విఫలుఁడు కాఁగా, దీక్షితులకుఁ గాకున్నను, శివునికే దయగలిగి ఆయన దృష్టిమార్గమున నడ్డముగనున్న రాతినందిని ప్రక్కకుఁ దొలఁగుమని యానతిచ్చెను. నందుఁ డంత దూరమునుండియే స్వామిదర్శనముచేఁ గృతార్థుఁడై చెంత నొక తటాకమును ద్రవ్వి తన యూరి కేఁగెను. తర్వాత నటరాజమూర్తిని దర్శింప నతఁడు చిదంబరమునకుఁ బోవఁగా, దీక్షితులు అతనికి దేవాలయప్రవేశము నిరాకరించిరి. స్వామి దీక్షితులకు స్వప్నమునఁ గన్పించి యగ్నిశుద్ధుఁడైనచో నందుఁడు తన్ను దర్శింపవచ్చు ననెను. నందుఁ డట్లే యగ్నిశుద్ధిచేఁ బవిత్రుఁడై స్వామిని దర్శించి తదైక్యము నందెను.

4. ఏఁబదియేండ్లక్రిందటి గోపాలకృష్ణభారతి నందనారుహారి కథను రచించెను. దానిలో విశేషము, నందనా రొకబ్రాహ్మణుని పాలేరు. ఇతనిభక్తికిఁ గినిసి యజమానుఁడు ఇతనిని కష్టములపాలు చేసెడివాఁడు. నందుఁ డతనిని పలుమారు వేఁడుకొనఁగా కడకుఁ గరుణించి ఇన్నూఱెకరముల పైరును గోసి కుప్పవేసి పిమ్మట చిదంబరమున కేఁగుమని యతఁ డనెను. అతిమానుషరీతి నీకార్య మొకదినముననే నెఱవేఱినది.

ఈకావ్యమున నందనారు బలిష్ఠుఁడనియు శివస్మరణ సేయనొల్లని తనచెలికాండ్ర మర్దించి యట్లు సేయ నిర్బంధించెననియు మద్యపానాదుల నిషేధించెననియుఁ జెప్పఁబడియున్నది.

5. సంస్కృతమున 'ఉపమన్యువిలాసము'నందు 'శివరహస్య మాహాత్మ్యఖండము'న 'శ్వోగంత్పచరిత' మున్నది. శ్వోంగిత్పపదము

డుఁడు ప్రయత్నించి విఫలుఁడు కాఁగా, దీక్షితులకుఁ గాకున్నను, శివునికే దయగలిగి ఆయన దృష్టిమార్గమున నడ్డముగనున్న రాతినందిని ప్రక్కకుఁ దొలఁగుమని యానతిచ్చెను. నందుఁ డంత దూరముననుండియే స్వామిదర్శనముచేఁ గృతార్థుఁడై చెంత నొక తటాకమును ద్రవ్వి తన యూరి కేఁగెను. తర్వాత నటరాజమూర్తిని దర్శింప నతఁడు చిదంబరమునకుఁ బోవఁగా, దీక్షితులు అతనికి దేవాలయప్రవేశము నిరాకరించిరి. స్వామి దీక్షితులకు స్వప్నమునఁ గన్పించి యగ్నిశుద్ధుఁడైనచో నందుఁడు తన్ను దర్శింపవచ్చు ననెను. నందుఁ డట్లే యగ్నిశుద్ధిచేఁ బవిత్రుఁడై స్వామిని దర్శించి తదైక్యము నందెను.

4. ఏఁబదియేండ్లక్రిందటి గోపాలకృష్ణభారతి నందనారుహారి కథను రచించెను. దానిలో విశేషము, నందనా రొక బ్రాహ్మణుని పాలేరు. ఇతనిభక్తికిఁ గినిసి యజమానుఁడు ఇతనిని కష్టములపాలు చేసెడివాఁడు. నందుఁ డతనిని పలుమారు వేఁడుకొనఁగా కడకుఁ గరుణించి ఇన్నూటెకరముల పైరును గోసి కుప్పవేసి పిమ్మట చిదంబరమున కేఁగుమని యతఁ డనెను. అతిమానుషరీతి నీకార్య మొకదినముననే నెఱవేఱినది.

ఈకావ్యమున నందనారు బలిష్ఠుఁడనియు శివస్మరణ సేయనొల్లని తనచెలికాండ్ర మర్దించి యట్లు సేయ నిర్బంధించెననియు మద్యపానాదుల నిషేధించెననియుఁ జెప్పఁబడియున్నది.

5. సంస్కృతమున '<u>ఉపమన్యువిలాసము</u>'నందు '<u>శివరహస్యమాహాత్మ్యఖండము</u>'న '<u>శ్వోఽగంతృచరిత</u>' మున్నది. శ్వోఽగంతృపదము

నాటకముననో నందుఁడు పరమసాత్త్వికుఁడు. సంపూర్ణముగ నటరాజు పై భార మిడి నిశ్చింతుఁడై యుండువాఁడు. దేవాలయప్రవేశమునను అతని కంతపట్టుదల యున్నట్లు చూపట్టదు. ఆయుద్యమమంతయు విశ్వనాథభట్టరుదే. భట్టరునందు సన్మార్గమునసైనను రజఃప్రవృత్తి ఆదినుండి వర్ణించియే యున్నాను. రజఃప్రవృత్తిఫలము ఎట్లుండునో సూచితము. కేవలపురుషకారము ఫలదాయకము కాదనియు దైవమే ఫలదాయకమనియు రామాయణమున రామునిచే నుపన్యస్తమైన ధర్మము నిందుఁ బ్రతిపాదింప యత్నించియున్నాను. వాచ్యముగఁ గాకున్న నంతర్లీనముగ భక్తిసిద్ధాంతసూత్రముల నందందుఁ దడవియున్నాను. విజ్ఞులకు విస్తరించి చెప్పఁబని లేదు.

ఉపదేశము.

ఏధర్మమునుగాని ప్రతిపాదింప నెంచుటయే ప్రధానముగ నే నీ నాటకమును రచింపలేదు. హరిజనులకు దేవాలయప్రవేశ మిం దంగీకరింపఁబడెనా లేదా యనుటయందు నిరుపక్షములవారి కనుకూలముగ వాక్యము లిం దనేకములు గాన్పించునుగాని నా కే సిద్ధాంతమును జేయవలయునను నుద్దేశ్యమును లేదు. వృత్త మొకటియైనను జనులు దానివలన గ్రహించు నుపదేశము అధికార తారతమ్యము ననుసరించి దేశకాలపాత్రములచే నియతమై యుండునని నాతలంపు కాన నిందు ప్రవచనము కొఱకుఁగాక కథ కేవలము వృత్తచిత్రణమునకే స్వీకరింపఁబడినది. సాధ్యమగునంతవఱ కానాఁటిజానపదధర్మజీవనమును చిత్రించితిని. ప్రవచనమే ప్రధానమైనచో రచన కళా ప్రధానము గాకుండును. రచనాసౌందర్యములేని కళ కళయే గాదు. కాని కేవలము **Art for art** సంప్రదాయమునందును నాకు నమ్మకము లేదు. ఏరచనయైనను భావమునకు

నుండవలయునని యాలంకారికులనిర్ణయము. కావ్యము [illegible] మనుటచే వారియభిప్రాయము ఆనందజనకముగ నీతినే చెప్పుమనియే కాని నీతినే ప్రపంచింపుమని గాదు. దానికి శాస్త్రాదు లున్నవి. ఈ దృష్టి నాధునికులందఱు గొందఱు నిరసింతురనియు వారికి Purposeless art (ఉద్దేశ్యవిహీనమైన కళ) రుచింపదనియు నెఱుంగుదును. కాని ఈనాటకమును రచించిన నాయభిప్రాయము తెల్లము సేయకున్నచో ననావశ్యకముగఁ బొరపడుదురని యట్లు సేయవలసివచ్చెను. నాయుద్దేశ్యము ను ప్రథమముద్రణమున ఇట్లు విస్పష్టము చేసితిని.

"భక్తచరిత్రపఠనమునను భక్తిసిద్ధాంతపర్యాలోచనమునను భక్తజనదర్శనమునను నామనమున నుదయించినభావములు ఈ నాటకరూపమును దాల్చినవి."

భాషా విషయము

పాత్రానుగుణముగ గ్రామ్యమును మాగురుపాదులు వేంకటరాయ శాస్త్రులవారు వారినాటకముల నెలకొల్పిరి. నేనును వారిపథము నే యనుసరించితిని. కాని వ్యాకరణవిషయమున మాగురువుల యుపదేశము నిందుఁ గొన్నిచోటుల నతిక్రమించితినని విన్నవింపవలసియున్నది. సిద్ధాంతవిషయమున వారిమతమే నాకు నుపాదేయము కాని నాటకమున వ్యవహారానుకరణమే పరమప్రయోజనము గావున ఒకటి రెండు చోటుల వ్యాకరణనియమములను నతిక్రమింప సాహసించితిని; అఖండయతి రేఫద్వయమైత్రి అచ్చుపై ద్రుతసంశ్లేషము ఇత్యాదు లటనట మదంగీకృతములు. విజ్ఞులకు చెప్పవలసిన దేమి? ఏప్రయోజనము నర్థించి యీపాటిసాహసమునకు నేఁ దొడంగితినో దానిన పరికించి సైరింతురుగాత మని నాప్రార్థనము.

యున్నారు. ఆంగ్ల నాటకములకు అంకాదినిర్మాణమున నిర్ణయము లేకున్నను సంప్రదాయము కలదు. తెనుఁగు నాటకముల కింతవఱకు సంప్రదాయ మేర్పడలేదు. కావున మాగురువులపద్ధతి ననుసరించి సాధ్యమగునంతవఱకు సంస్కృతనాటకనిర్మాణము నే యనుసరించితిని. ఏలయన నది రసవ్యక్తీకరణమున కుపయుక్తమనియు నధునాతనాంగ్లేయ నాటకకర్తలును యాదృచ్ఛికముగ నే తల్లక్షణానుసారమే రచించుచున్నారనియు నాయభిప్రాయము. పండితవరేణ్యులు బ్రహ్మశ్రీ వఝ్ఝల చిన సీతారామస్వామిశాస్త్రులవా రీవిషయమున నీనాటకమును బరిశీలించిన రీతిని వారి వాక్యముల నేనిం దుదాహరించెదను.

“లక్షణానుసరణము

పండితజనవ్యవహారమునుబట్టి భాషానియమము లేర్పడుచున్నట్లును, సదాచారములనుబట్టి ధర్మనియమము లేర్పడుచున్నట్లును కవుల గ్రంథములనుబట్టియే కావ్యనియమములును నేర్పడుచుండును. కాన ప్రతిభాశిల్పశాలి యగు కవిచే రచింపఁబడిన కావ్యము నే కావ్యలక్షణము లనుసరించుచుండును. కాఁబట్టి ప్రతిభాశిల్పముల్గల కవిగ్రంథమునం దయత్నసిద్ధముగ నే వెలసిన కావ్యలక్షణములు పొడకట్టుచుండును.

“నాటకం ఖ్యాతవృత్తం స్యాత్పంచసంధిసమన్వితమ్।
పంచాధికా దశపరా స్తత్రాంకాః పరికీర్తితాః।
ప్రఖ్యాతవంశో రాజర్షి ర్ధీరోదాత్తః ప్రతాపవాన్।
దివ్యోఽథ దివ్యాఽదివ్యో వా, గుణవా న్నాయకో మతః।

(సాహిత్యదర్పణము ౬-౨౩౩)

నందనారుచరిత్రము సుప్రసిద్ధము. నందనారు దివ్యాదివ్యపురుషుఁడనఁదగును. ఇం దంకము లెనిమిది. నందనారు ధీరోదాత్తనాయకుఁడు. దేవాంశజుఁ డగుటచే వంశము వివక్షింప నక్కఱలేదు.

నందనారు మాలయనియు మాలలకు దేవాలయప్రవేశాదులు ధర్మ్యమని యీనాటకము స్థాపించుచున్నదనియుఁ గొందఱు భ్రమింతురు. కాని యది గ్రంథకర్తృహృదయము కాదని చెప్పనగును. నందనారుతో వచ్చిన మాలలకెల్ల దేవాలయప్రవేశ మిందు వర్ణితము కాలేదు. అధిగతాద్వైతజ్ఞానియు జీవన్ముక్తుఁడునునగు నందనారునకును నట్టివారికిని దేవాలయప్రవేశ మిం దంగీకరింపఁబడుచు వచ్చెను. అందును నందనారునకు సైత మగ్నిశుద్ధ్యనంతరము దేవాలయప్రవేశము వర్ణిత మయ్యెను.

బ్రహ్మైవాఽహ మిదం జగచ్చ సకలం చిన్మాత్రవిస్తారితం।
సర్వం చైత దవిద్యయా త్రిగుణయా శేషం మయా కల్పితమ్।
ఇత్థం యస్య దృఢా మతిః సుఖతరే నిత్యే పరే నిర్మలే।
చండాలోఽస్తు సతు ద్విజోఽస్తు గురు రిత్యేషా మనీషా మమ॥

(౩ అంకము)

అని యీరీతినిగదా విశ్వనాథభట్టరుచే గ్రంథకర్త ప్రసంగింపఁజేయుచువచ్చెను.

మాలయ డైన నేమి ? యనుమానము లేదు, శుభుండు;
బ్రహ్మానూ
త్రాలుపఠించునర్థము ముదమ్మున మూర్తి ధరించె నిట్టు, లా -

విశ్వనాథభట్టరు పీఠమర్దనాయకుఁడు.

దూరానువర్తిని స్యాత్తస్య ప్రాసంగికేతి
- 'కించిత్తద్గుణహీనః సహాయ ఏవాస్య పీ

(సాహి 3

నటరాజభట్టరు, అప్పయ్యదీక్షితుడు, మున్నగు
కాదులు.

నందనారుచరిత్రమునం దంగిరసము ధర్మవీరమనఁ
ధర్మవీరుఁ డనఁదగును. చిదంబరములోనినటరాజస్వామి
నారు తత్సాయుజ్యరూపమగు ముక్తినందుటయే యిందలి
రాజస్వామిదర్శనవిషయమున నత్యంతదుష్కరకార్యమ
యత్నించునందనారుభక్తుని మహోత్సాహమే యిం
నకు స్థాయిభావము.

ఉత్తమప్రకృతిర్వీర ఉత్సాహ స్థాయిభా
సచ దాన ధర్మ యుద్ధైర్దయయాచ సమ

(సాహిత్యదర్పణము. 3 ప

ప్రథమాంకమునందలి కుప్పనిప్రసంగమునం
పారవశ్యవర్ణనాదికముచే బీజసంధి వెలయుచున్న
సంధియనియుఁ జెప్పుదురు.

(సాహి-౬ పరి-౩౩౩)

౨-౩-అంకములందు నందనారుభక్త్యావేశము హెచ్చిన వర్ణనము లందును నతనిభక్తిశ్రద్ధల నడంచు మాలలయత్నములందును బీరమర్దుం డనందగు విశ్వనాథభట్టరుతోడిసాంగత్యము నడంచు మాలలయు నటరాజాదులయుం బ్రసంగములందును ప్రతిముఖసంధి వెలయుచున్నది.

ఫలప్రధానోపాయస్య। ముఖసంధినివేశినః।
లక్ష్యాలక్ష్య ఇవోద్భేదో। యత్ర ప్రతిముఖంచ తత్॥

(సాహి-౬ పరి-౩౩౪-కా)

చతుర్థపంచమాంకములందలి నందనారుభూతదయ—భక్తిపారవశ్యము - నటరాజభట్టరుకోపావేశము - నందనారును దండతాడితుంజేయుట - నందనారుశరీరమునందుం దాడనపీడ లేకుండుట - నటరాజభట్టరునందలివికృతి - నందనారు చిదంబరస్వామిదర్శనమునకుం బోననుజ్ఞ వేఁడఁగా నటరాజభట్టరు దుష్కరశాసనము చేయుట మున్నగు సందర్భములలో గర్భసంధి వెలయుచున్నది.

ఫలప్రధానోపాయస్య ప్రాగుద్భిన్నస్య కించన।
గర్భో యత్ర సముద్భేదో హ్రాసాన్వేషణవాన్ముహుః॥

(సాహి-౬పరి- ౩౩౫ కా)

౬-౭-అంకములందు వర్ణితములగు నందనారుభక్తిపారవశ్యము, దుష్కరకార్యనిర్వహణరూపమహాసామర్థ్యము, భగవత్ప్రసన్నత, చిదంబరప్రయాణము, దేవాలయసమీపగమనము, నందిచలనము మున్నగు కావ్యఫలసామగ్రీప్రకాశసందర్భమందును నగ్నిపరీక్ష మున్నగు దురుత్తరాంతరాయవర్ణనసందర్భమందును విమర్శసంధి వెలయుచున్నది.

ఎనిమిదవయంకమునం దత్యద్భుతమగు నగ్నిశుద్ధి, నందనారు టరాజస్వామియంకము నధిరోహించి సాయుజ్యమునందుట మున్నగు సందర్భమున నిర్వహణసంధి సుఘటితమగుచున్నది.

కార్యం నిర్వహణేఽద్భుతమ్॥
బీజవన్తో ముఖా ద్యర్థా। విప్రకీర్ణా యథాయథమ్।
ఏకార్థ ముపనీయంతే। యత్ర నిర్వహణం హి తత్॥
(సాహి - ౬ పరి - ३४४ కా)

విస్తరభీతి నుదాహరింపనయితినిగాని యిరీతినే సంధ్యంగములు మున్నగు తక్కిన నాటకలక్షణములెల్ల నిందు సుప్రయుక్తము లయి యున్నవి.

20-4-1938. } ఇట్లు విన్నవించు సుజన విధేయుఁడు
విశాఖపట్టణము } ఏర్గుల చిన సీతారామస్వామిశాస్త్రి."

క్షేత్రము.

ఇంక నొక్కవిషయముమాత్రము ప్రస్తావించి యీ పీఠికఁ బూర్తి గావించెదను. ఈకథకు రంగము కావేరీతీరమునఁ జిదంబరక్షేత్రము. ఈక్షేత్రమాహాత్మ్యము స్కాన్దపురాణమున వర్ణితమై యున్నది. పూర్వము కావేరికి నుత్తరశాఖయగు కొల్లడము ఈక్షేత్రముచెంతనే ప్రవహించు చుండిన దందురు. ఇది విఖ్యాతశైవక్షేత్రము; పంచలింగముల నాకాశ లింగస్థానము. ఇందు ముఖ్యదేవుఁడు శివకామసుందరీనామకదేవీసమేత

మున నిట్లభివర్ణితము;—

పూర్వము దారుకావనతాపసులను బరీక్షింప హరిహరులు నైజమూర్తు లడంచి సుందర స్త్రీపురుషరూపముల దారుకావనమున కేఁగిరి. క్షణములో నందలి స్త్రీపురుషజనచిత్తములు మోహసంభ్రాంతములాయెను. అందు కొందఱు ప్రకృతింగని కోపావిష్టులై శివునిమీఁదికి నాభిచారికకృత్యాదులఁ బ్రయోగించిరి. శివుఁడును రుషచే త్రిలోకసంహారసమయమునఁ బ్రయుక్తమగు చండతాండవము నారంభింపఁగా నెల్లరును - పార్వతిసైతము - భయంపడిరి. అంత నాయన దానిని మాని యానంద తాండవమును చేసెను. దీనులగు తాపసుల ననుగ్రహించెను.

ఆయానందతాండవమును కనఁగోరి శేషాహి తపసింపఁగా భవుఁడాయనను భూలోకమునఁ బతంజలియవతార మెత్తి ఈయుద్దేశ్యముతోనే తపమొనర్చు వ్యాఘ్రపాదమునీంద్రుచెంత కేఁగుమనెను. వ్యాఘ్రపాదుఁడు తిల్వవనమున నుండెను. తిల్వవనము చిదంబరమునకు నామాంతరము. అందు యుక్తసమయమున వారికిని ఇతరదేవతాజనములకును శివుఁడానందనృత్తప్రథమావతార దర్శన మొసంగెను. తదుపరి వ్యాఘ్రపాదుఁడే కోరఁగా నందే నిత్యము నివసింప నంగీకరించెను.

చిదంబర మన జ్ఞానాకాశమని యర్థము. దీనికే దభ్రాకాశమనియు దహరాకాశమనియు (సూక్ష్మమగు నాకాశమనియు) నామములు. శరీరమున దహరమున నాత్మవలె శివుఁడు ప్రపంచదేహమున చిదంబరమున నున్నాఁడఁట.

తరువాత నిందు సింహరూపధారియగు రాజసుతుఁ డొకఁడు దేదీప్యమానశరీరమును బొంది హిరణ్యవర్మ యను నామమును గాంచెను. అతఁడే యిందు హిరణ్మయముగా గోపురాదికముల నిర్మించినవాఁడు. నట

రాజేశునిసభకు కనకసభయని పేరుండుట దీనివలననే. జ్ఞానపరముగా కనక సభకు చిత్సభ యనియుఁ బేరు గలదు.

ఈక్షేత్రమున సర్వపాపఘ్నమని కీర్తిగాంచిన తీర్థ మొకటి యున్నది. దాని నామము శివగంగ.

ఈ క్షేత్రపాలనమునకై హిరణ్యవర్మ మూఁడువేలబ్రాహ్మణులను దేగానం దొరకఁడు కనరానందున నతఁడు విషాదము పొందెను. శివుఁడే యీ స్థానమును దాను గ్రహించెను. ఈ బ్రాహ్మణులసంతతివారే నేఁటికిని దీక్షితవంశనామధరులై అందు క్షేత్రపాలకులుగ నున్నారు. కనకసభయందు వీరందఱికి స్థానము గలదు. వీరికి సభాపతి నటరాజయినను వ్యవహారమున కొకపెద్ద నంగీకరించి వీరందఱు వర్తింతురు.

ఈ విషయము లన్నియు నటనట నాటకమునఁ బ్రస్తావింపఁబడి యున్నవి.

ఇంతకన్న విశేషమును నేను విన్నవింప నక్కఱ గానరాదు.

కరోమి యద్య త్సకలమ్ పరస్మై
నారాయణాయేతి సమర్పయామి.

గ్రంథకర్త.

స్మృతి

వరకవితావివేకము, నపారసుధామయపేశలోక్తిఁ, గ
మ్రరచనసేయు నేర్పును, బురాకవిరాజపథానువృత్తియున్
మరపి ప్రమాణకావ్యరుచిమాలిక నాదికళాప్రపూర్ణుఁడౌ
స్థిరయశు సద్గురూత్తముని దెల్పెద వేంకటరాయధీనిధిన్.

"అదె దుష్యంతుఁడు వచ్చు; వాఁడె, యనిరుద్ధాభిఖ్యుఁ
డేతెంచెడున్;
అదె చూడుండు ప్రతాపరుద్రుఁ"డని తా వ్వాబాలగోపాల
మున్
మదినూహించెద రెవ్వనిన్ గనిన నామాన్యం గళాభిజ్ఞుఁ జే
ర్మి దలిర్పం దొరసామి నాట్యగురు మన్మిత్రున్ హృదిన్
నిల్పెదన్.

అందఱు వత్సకుల్ గలసి యాడుచు ముగ్ధతఁ బాంసుకేలి ను
న్నం దరహాసమోదములు నాట్య మొనర్చునుసీదు మోమునం;
దం దొకరుండు సేసె నని యాడట బాలునిలీల దీని నో
సుందరరామమాంబికరొ చూడఁగ నీవిల లేవ యక్కటా.

పూర్వకథ:—కావేరిదక్షిణతీరగ్రామము ఆదనూరు. దాని మిరాశీ దారు నటరాజభట్టరు. అతనికుమారుఁడు విశ్వనాథభట్టరు చిన్ననాఁటనే కాశికిఁ బోయి విద్వాంసుఁడై, గురువు 'గార్హపత్యముననే ముక్తిని పొందు' మనియు, అన్నపూర్ణ కలలో "మీయూరనే నీకు ముక్తిమార్గ ముపదేశ మొనర్చు గురువు లభించు" ననియుఁ జెప్పఁగా తనయూరికిఁ దిరిగి వచ్చును.

అంకము ౧. ఊరు చేరఁగానే విశ్వనాథునికి మాలకుప్పనివలన కుప్పనిమేనల్లుఁడు నందుఁడు గొప్పభక్తుఁ డని తెలియుట.

అంకము ౨. గ్రామదేవతజాతరలో మాలదాసరి ఆవేశమున నాడుచు విశ్వనాథుఁడు మాలవాడఁ జొచ్చి నందునితో భజనసేయుచున్నం దున వాడయందు వ్యాధులు జనించె ననుట. మాలలు నటరాజభట్టరుతోఁ జెప్పుకొన వెడలుట.

అంకము ౩. నటరాజభట్టరుపరితాపము. పురాణశ్రవణము జరుగుచుండఁగా నందుఁడు భావవేగముచే మూర్ఛిల్లుట. విశ్వనాథుఁ డతనిని తాఁకి తేర్చుట. బ్రాహ్మణులకోపము.

అంకము ౪. నటరాజభట్టరు పొలము కాచుచు మైమఱచి పైరును పశువులకుఁ బెట్టిన నందుని మర్దించుట. నందునిక్షమ.

అంకము ౫. నందశరీరస్పర్శముచే మనసుమాఱిన నటరాజభట్టరు పైరును గోసి కుప్పవేసినచో చిదంబరమునకు పోవుట కనుజ్ఞ నిత్తు నని నందునితో చెప్పుట.

అంకము ౬. నందుఁ డొకదినములో ఇన్నూఱెకరముల పైరును గోయించుట. నటరాజభట్టరుపశ్చాత్తాపము, నందునిచిదంబరప్రయాణము.

అంకము ౭. నందుని నటరాజదేవాలయములోనికి ధర్మకర్త అప్పయ్యదీక్షితుఁడు రానీయకుండుట. విశ్వనాథుఁడు శివప్రసాదమునకై ప్రాయోపవేశదీక్ష పూనుట.

అంకము ౮. దేవునియాజ్ఞానుసారము అగ్నిపరీక్ష చేసి నందుని లోనికిఁ దీసికొనిపోవచ్చునను దీక్షితులనిశ్చయము. చిన్నమ్మభీతి. అగ్నిప్రవేశము. కనకసభలోని నటరాజమూర్తిని నందుఁడు కౌఁగిలించికొని ఆనందాతిశయమునఁ బ్రాణములఁ గోల్పోవుట. విశ్వనాథునిదుఃఖము.

పురుషులు:

౧. నటుఁడు
౨. నందుఁడు
౩. విశ్వనాథభట్టరు
౪. నటరాజభట్టరు
౫. పరాశరభట్టరు
౬. ఇద్దఱు బ్రాహ్మణులు
౭. నీలకంఠదీక్షితరు
౮. సుబ్రహ్మణ్యదీక్షితరు
౯. శివరామదీక్షితరు
౧౦. అప్పయ్యదీక్షితరు
౧౧. కుప్పన్న
౧౨. కుట్టన్న
౧౩. కరుప్పణ్ణ
౧౪. ఇరులను
౧౫. ఇరువురు మాలలు
౧౬. దాసరి
౧౭. పడవవాఁడు
౧౮. మురుగప్పమొదలి

స్త్రీలు:

౧. చిన్నమ్మ

శ్రీనాథాత్మజు ఫాలనేత్రముసెగన్, శీతాద్రిరాట్కన్యకన్
వానప్రస్థను లోచనద్వయిసుధన్, భంగించు పోషించు నా
యానందాత్మకుఁ డిచ్చు మీకు నిరతమ్మాత్మైకవిజ్ఞానమున్
ఆనందప్రథమావతారరసధుర్యం బార్యసాహిత్యమున్. 1

[నాంద్యంతమున నటుఁడు ప్రవేశించి]

ఆర్యమిశ్రులకు విన్నపము. నందభక్తచరితామృతబిందుస్వీకరణోన్మత్తుఁడై కవి తత్కథను నాటకముగా నిబంధించినాఁడు. సధర్ములు రసికులునగు మిమ్మిట్లు వేఁడుకొనుచున్నాఁడు.

శ్రీరమణర్షి పాదసరసీజమధుప్రియబంభరస్వనా
పూరమ యీవచస్సు; బుధపూజ్యగుణాఢ్యుఁడు నంద
యోగియున్;
బారములేని భక్తియ యుపాయము దీన రసంబు గ్రోలఁగా;
సారమె యున్నఁ గ్రోలుఁడి, యసారమొ వీడుఁడి భక్తబృం
దముల్. 2

(నేపథ్యగృహమువంకఁ జూచి) ఓహో, అప్పుడే నా చెలికాఁడు హారీతుఁడు విశ్వనాథభట్టరువేషము దాల్చి యిట్లే వచ్చుచున్నాఁడు. నేనును లోని కేఁగి యనంతరకరణీయము నిర్వర్తించెదనుగాక.

[అని నిష్క్రమించును.]

ప్రథమాంకము

స్థలము.—ఆదనూరు పొలిమేర.

[అంతట ప్రయాణఖిన్నుఁడు, విశ్వనాథభట్టరు

విశ్వ:—

సంజకెంజాయ శమియించెఁ జరమదిశన
వన్నెమీఱెడు నైల్యానఁ బరిఢవిల్లుఁ
దారకామణిపంక్తుల తరళరుచులు,
శాంతి విలసిల్లు నిచట నేకాంతనిరతి.

ఇదె మాయూరిపొలిమేరఁ జేరితిని. ఎట్టి
ముదము నించును. ఇఁక మాయూరు, అందును

మధుర నిత్యసలిల మహనీయ కావేరి;
చెంత సిరుల నించు క్షేత్రచయము,
కవివరాళినెలవు, కర్మఠవాసమ్ము;
ఆదనూరుసాటి యవనిఁ గలదె?

ఎదురుచూడని నారాకకు మాతలిదండ్రులు
(పరిక్రమించి పరికించి) ఎవరక్కడ! కుప్పఁడా!
ముదిమి యేల కల్గినది? పిలిచెదనుగాక. కుప్పా

విశ్వ :—నన్నుఁ దెలియవా కుప్పా? నేను విశ్వనాథుఁడనుగదా.

కుప్ప.—ఎవరు? శిన్నయ్యోరా? సామీ! (సంభ్రమముతో) నిజముగా శిన్నయ్యోరేనా?

విశ్వ :—అవును, కుప్పా, నేనే.

కుప్ప.—ఎప్పుడొచ్చారు సామే! ఎక్కడికి పోయినారు సామీ! ఎవరికి శెప్పకుండా ఎల్లినారేమయ్యా! ఈనాటి కిల్లు గెప్తి కొచ్చిందా సామీ! పెద్దముండావోళ్ళము, మీ రొచ్చిందాకా ఉన్నాము, అదేసాలు [స్వగ] యీళ్ళమ్మపోయినసంగతి తెలుసునో లేదో? అయినా వూరికి రాగానే మొదంట నే నెందుకు శెప్పటం!

విశ్వ :—కాశికిఁ బోయి చదివివచ్చినానురా! కుప్పా, అందఱు క్షేమముగ నున్నారా?

కుప్ప.—అదే చేమం, ఎక్కడికి బాబయ్యా! ఏదో తమదయశాత అంతా బాగానే ఉన్నాము.

విశ్వ :—కుప్పా, నీమేనల్లుఁడు నందుఁడు బాగుగ నున్నాఁడా? వాఁ డిప్పుడు పెద్దవాఁడై యుండును. పెద్దమాల వాఁడేనా?

కుప్ప.—ఏం శెప్పేది బాబయ్యా!

విశ్వ :—ఏమిరా, ఏమి! బాగుగా నున్నాఁడుకదా?

కుప్ప :—బాగా ఉన్నట్టే. (దుఃఖముతో) పిచ్చోడయినాడు సామీ!

విశ్వ :—పిచ్చియా?

సరగ అనవాడు కాడు. అమ్మపోయినశింత అనుకున్నాము సామీ!

విశ్వ:—తర్వాత?

కుప్ప.—ఒకదినము మాపటిరేయే లిక్కడికే పొలంపనిమీద పంపించాము, బాబయ్యా. ఇదుగో, ఇక్కడనే, ఉండట్టుండి దడాలున క్రింద బడిపోయినాడంట—కుట్టడు పరుగెత్తుకొచ్చి పల్లెలో శెప్పినాడు. మే మొచ్చేసరికి తేరుకున్నాడు గాని అదేంటిమాటలో సామీ! 'చివచివ'ని తప్ప మాటలేకపోతేనే! ఆబాసే మా కద్దం కాలేదు. ఏదో 'యెలుగం'ట, 'బూతాలం'ట, 'ఆత'మంట, 'పాన' మంట, 'మోచ్చ'మంట, ఏందేందో మాట్లాడినాడు, మరేం శెప్పేది.

విశ్వ.—(స్వగ) మాతా, అన్నపూర్ణేశ్వరీ! ఇదియేనా నీవరము! (ప్రకా) తర్వాత?

కుప్ప:—పిచ్చి తగ్గలేదు. నాలుగేళ్లయింది. సేద్దెం నాద్దెం పోయింది. పూజలూ, పునస్కారాలూ; బుద్ధులు శెప్పేటప్పుడు తలూచేవోడే. మరుదినమే యదాపకారం. కోవెలమంగలోళ్లకు శర్మాలు బాగుచేసిచ్చేవోడు, "మనకులవృత్తి" కాదురా అంటే యినడు. బదులు పలకడు. నే నూరుకుండినా బాగుణ్ణు బాబయ్యా.

విశ్వ:—ఏమి చేసితివి?

కుప్ప:—పెళ్లయితే యీపిచ్చి గుదురుతుం దేమో అని ఆడికి శిన్నమ్మ నిచ్చి పెళ్లి చేసినా.

[illegible]

యీాణ్ణి యీాళ్ల నాయిన పోయినప్పట్నుంచి పెంచి పెద్దోణ్ణిచేసి, నా కొక్కటే కూంతురు, ఇచ్చి పెళ్లిశేస్తే మొదటినాలుగునెల లేమోగాని మళ్లా దానిమొగము సూాళ్లేదు బాబయ్యా. నాపిల్లనిసూాత్తే లచ్చిమంటూ రందరు-దాన్ని ఏడిపిస్తావుండాాడు. సూాస్తే కడుపు తరుక్కుపోతుంది. ఈడిక్కుమాలినోడు ఏగోతిలో ఏగుంటలో పడతాడో అని ఆపిల్ల ఈణ్ణే కనిపెట్టుకుంటుంది. [కోపముతో] ఈడమ్మా సిగ దరగ. 'చివచివం'ట ఈడి మొగమ్మండ.

విశ్వ:—కుప్పా, మేనల్లుఁడే! అట్లు అనవచ్చునఁటరా?

కుప్ప:—ఏమిశేశేది సామీా, నాకడుపులో చిచ్చు పెట్టినాడు. నా తల్లి మొగాన నవ్వే మాయమయింది దేవరా. (కోపముతో) పని పాట లేకుంటే, ఆకాసాని కేసి సూాస్తావుంటే, నోట్లో ముద్దొచ్చి పడుతుందా బాబయ్యా? ఈ పాయం ముసలోణ్ణి, నాగెక్కులాడకపోతే పస్తే బాబయ్యా! ఎద్దాలెయిరవయ్యేదేళ్లొచ్చాయి. పని లేదు పాట లేదు. 'చివచివం'ట!

విశ్వ:—కుప్పా, కష్టపడఁబోకు. ఇది మంచికే వచ్చినది. మీానం దునిమూాలమున మీా రందఱు తరించిపోవుదురు.

కుప్ప:—ఏమ్మంచో, సామీా తరించతానే ఉండాాము!

విశ్వ:—మీారుమాత్రమేగాదు, మీాకులమంతయు. వారేనా? లోకమంతయు. జగన్నాథునికి మీాకుటుంబముపై ననుగ్రహము కలిగినదిరా. ధన్యుఁడ వయినాఁడవు కుప్పా, మహాభక్తశిరోమణి మీా యింట నున్నాఁడురా.

విశ్వ.—(పంధ్యానములో, స్వగతము) ఆహా!

ఏమి వచింపనేర్తు నిఁక; నీదృశమైన మహానురాగముఁ
సోమకళావిభూషణుఁడు చూపెడి జీర్ణకుటీరవాసిపై!
సామసుగీతికానినదసారవినోదియు బేలవాక్కులఁ
బ్రేమ గ్రహించెనో శ్రవణపేయముగా; నిది యేమి భాగ్య
మో! 5.

కుప్పః—(స్వగ) ఈయనికిగూడా ఆపిచ్చేనా యేంటి? ఈకాలం కుఱ్ఱోళ్లంతా ఇట్టవుతుండా రేమబ్బా! (ప్రకా) ఏంది, సావిూ, మీరు కూడా మానంగుడి మాదిరే అవుతుండారు!

విశ్వః—నందునివలె నయిన అంతకన్న భాగ్య మేమున్నది! తల్లీ అన్నపూర్ణాదేవీ,

తెలుపఁగ లేదె స్వప్నమున "ధీరతఁ జేరుము నీదువాసముఁ
దెలుపఁగలాఁడు వేఱొకఁడు తెల్లముగాఁ గలిముక్తిమార్గ
ముఁ,
వెలలు" మటంచుఁ; జానర్చితిని వీసరపుచ్చక నీదువాక్కు; వే
సలుపు వరప్రదానమును, శౌరిసహోదరి, సార్థకమ్ముగా. 6.

కుప్పః—ఇదేందో అర్థంకాని గోల. అచ్చంగా మానందునితోడే! అక్కడ యింట్లో యీయాల యేం యిసేసకమో! (నలువైపులఁ జూచి) ఓరక్కడ? శిన్నీ! నీవా! రామ్మా, ఎవరు లేదులే, మన య్యోరు నటరాజయ్యగారికొడుకు. ఒంటిగా యీసీకట్లో ఒచ్చినావేంటమ్మా?

[illegible]

తీవరంగా ఉంది. "నాసైదో డొచ్చాడు. దచ్చున్నైనా" నంటూ కేకేసి పడిపోయినాడు. (గద్గదముగా) మళ్లీ మనలోకానికి ఒచ్చేటట్టులేదే. ఏమవుతుందో అన్నా! తొందరగా యింటికి రాయే.

కుప్ప ;—సామీ, సూచినారుగందా! ఇదే కాబోలు మీరన్న బాగ్గెం. ఎల్తాం. శెలవు.

[కుప్పన్న, చిన్నమ్మ నిష్క్రమింతురు.]

విశ్వ —ఏమిది! "నాసైదోడు వచ్చినాఁడు!" ఇది నన్నుగుఱించియేనా? ఎఱుఁగముగదా భగవానుని చిత్రలీలలను. జను లెట్టి వేలలు? ఒడిలో నున్న రత్నములను దెలియరు; గనియందు రాలను వెదకుచున్నారు ప్రజ్ఞానపాదు లెట్టి యథార్థదృక్కులు! "గార్హపత్యమునను ముక్తిని పొందవగు" నని గురుదేవుఁడన్నమాట ప్రత్యక్షానుభవమునకు వచ్చినదిగదా! ఇంటికిఁబోయి తరువాత నీయుదంతమును తెరుతును గాక. (పరిక్రమించి) ఎవరు వారు?

[ఒకచేతఁ గఱ్ఱ, ఇంకొకచెత చెంబు, చెవికి జందెముగా నటరాజభట్టరు ప్రవేశించును.]

నట :—ఎవరండీ? ఏయూరు?

విశ్వ.—(స్వగ) ఎవరు? నాయనగారేనా? (ప్రకా) నాయనగారూ,

[నటరా జులికిపడును. కఱ్ఱ చెంబు క్రిందఁబడిపోవును. వణఁకుచు విశ్వనాథునిదగ్గఱకు వచ్చి తేఱిపాఱఁజూచును.]

నమ్మఁజాలకున్నాను. మరల ఈపాపిష్ఠునికడకు వచ్చితివా!
తండ్రీ, ఆనాఁడు, చదువురానికొడుకుముఖముఁ జూడనన్న
ఒకమాటకే అదృశ్యమైతివిగదరా. తండ్రీ మరల నామీఁద దయ
గల్గినదా! ఏమి సుదినము! ఎక్కడికిఁ బోయినాఁడవయ్యా?
ఏమి కష్టములు పడితివన్నా? చెప్పకయే పోయితివే నాయనా!

విశ్వ:—తర్వాత వివరించెదను. కాశికిఁ బోయి విద్యల నేర్చివచ్చితిని.
ఆనాఁటితమయాగ్రహమే నా కనుగ్రహమైనది. తలఁపనితలం
పుగా నమ్మగారికి సంతోషము గల్గింతము రండు.

నట:—(ఏడ్చుచు) ఇంకెక్కడి అమ్మరా నాయనా.

విశ్వ·—ఏమి! ఏమి!

నట:—ఈలోకమున నే లేదోయి. నీ వగపడకపోయిన తర్వాత నిన్నే
తలంచుచు నీదుఃఖముచేత నే ఏడేండ్లక్రిందట నే తరలిపోయినది.
మరల నిన్నుఁ జూచు భాగ్యము దానికి లేదోయి. ప్రభూ!
నటరాజమూర్తీ! ఏమయ్యా నీలీల!

విశ్వ:—(స్వగ) ఏమిపరిణామము! అమ్మా, అమ్మా, పోయితివా!
నిన్నుఁ జూచుటకై పరువులువాఱితినే! అమ్మా.

బాల్యచాపలమునఁ బరువువాఱితి వీడి;
సర్వ మెఱిఁగి నీవు చనఁగ నేల?
మఱచి తమ్మ నీదు మమకారమును, ప్రేమ
మఱవ ర్గాదో నాదుచరితదోసఁగు.

[illegible]
బ్రతుకుచున్నాను.

విశ్వ:—(స్వగ) ఏ మున్నది దానిలోఁ జూచుటకు? అమ్మా, అమ్మా, నాదుండగమునకు నీకా ఈవిపరీతఫలము లభించుట. ఏమి! ఏమి! నాకును హృదయదౌర్బల్యము గలుగుచున్నది! గురుదేవా, రక్షింపుము. న న్నుద్ధరింపుము. ఈస్నేహతంతువును ఛేదింపుము.

"కా తే కాన్తా? క స్తే పుత్త్రః? సంసారోఽ యమతీవ విచిత్రః,
కస్య త్వం? కః? కుత ఆయాతః? త త్త్వం చిన్తయ యదిదం భ్రాతః."

(అని చదివి) మాయ యెంత పటిష్ఠము!

నట:—నాయనా, విచారింపకుము. విచారించి ఏమిలాభము? ఇది మన నుదుట వ్రాసియుండఁగా వే అఁగునా? రమ్ము. పోవుదము.

విశ్వ:—అట్లే, నాయనగారూ.

నట:—(పరిక్రమించి) ఏకపుత్త్రుఁడు! వానిచేతిలోఁ పోవుభాగ్యము దానికి లేకపోయెనే! స్వామీ, నటరాజప్రభూ, ఎవనికై పరితపించుచు ఆపుణ్యవతి తరలినదో వాఁడే వచ్చి దానికై పరితపింపవలసినగతి నేర్పఱచితివే! నీ సంకల్ప మిట్లుండఁగా వేఱొకటి యెట్లు జరుగునయ్యా! రా, నాయనా, పోవుదము.

[ఇరువురు నిష్క్రమింతురు.]

ద్వితీయాంకము

స్థలము:— గ్రామదేవతగుడిముందు బయలు.

[మాలలు దాసరి ప్రవేశింతురు.]

దాసరి:—(ఆవేశముతో నూఁగుచు) కులవృత్తులంతా గంగలో గలసి పోతుండాయి. బ్యామ్మలు మాలోళ్ళవుతుండారు. మాలోళ్లు బ్యామ్మ లవుతుండారు. మాలోళ్ళవృత్తులు మాదిగోళ్లు, మాది గోళ్ళవృత్తులు మాలోళ్లు శేత్తుండారు. పెళయం ఒచ్చింది. నేను మగామారినిరో. మిమ్మల్నంతా నాచం శేత్తారో. నన్ను పూజ శేయకుండా బాపనోళ్ల దేవుళ్లని కొలుత్తుండారురో. నందుడి మాటలు యిని నాకు బలు లీకుండా ఉన్నారురో. యిస్సనాదయ్యా యిపరీతాలు శేత్తుండాడురో. నన్నిడిశేశారురో. మిమ్ములనంతా ఊడుస్తానురో. మాదిగపల్లి మశనం శేస్తానురో.

కరుప్పణ్ణ:— అమ్మోరా, తెలక శేశినాము. మామీద దయశెయ్యమ్మా; నీవు శెప్పినట్టే శేత్తావమ్మా; బలు లిత్తావమ్మా; ఆమాటనండిరా, మాలయెదవలు.

అంద.— బలు లిత్తావమ్మా.

కరు:— నందుడిమాటలు యినవమ్మా. బాపనోళ్ల దేవుళ్లని కొలవ్వమ్మా. యిస్సనాదయ్యని యిపరీతాలు శేయనీయవమ్మా.

నీకు నెవేద్దా లిత్తాము మాయమ్మా
,, బలులెన్నో యిత్తాము మాయమ్మా
,, యేటపో తేత్తాము మాయమ్మా
,, నూరుకో ళ్లిత్తాము మాయమ్మా
మమ్ము రచ్చించి ఒదిలిపో మాయమ్మా

అంద:—కరుప్పణ్ణ శెప్పినట్టే శేస్తాము. అమ్మో మమ్మల్ని రచ్చించమ్మో.
(మ్రొక్కుదురు.)

దాస:—అట్టయితే ఒదిలిపోతుండా. (క్రిందఁబడును.)

[కొందఱు దాసరిని లోనికిఁ గొంపోవుదురు.]

కరు:—ఒరే, మరిడమ్మ శెప్పినమాట యిన్నారుగందా. మన మేమి శెయ్యాల? నందుడికుటుంబగమే తాతలనాట్నుంచి కులపెద్దలు గదా అని అనుకుంటే ఆడు శెడిపోయినాడు. మన మింకోణ్ణి కులపెద్దని శేశికొందామా? యాఁవంటావు కుట్టన్నా.

కుట్ట—మళ్ళీ యింకోమాటు నందుడితో శెప్పి సూంతాము కరుప్పణ్ణా.

కరు:—ఎన్నిమారులు శెప్పినాముర. యేం లాబ మొచ్చింది? ఆబాపనయ్యోరిని ఒదిత్తే నేమో. నందన్న బాగుపడేది.

ఇరులను:—అవునురా. అయినా కుప్పణ్ణే శెప్పాలె, ఏం జేయాలసింది.

కరు:—నందుడేమో మంచోడే! కాని కులంకట్టు తప్పి శెడిపోతుండాడు. అందుకనే మన కాడు పనికిరాకపోవటం. ఏం కుప్పణ్ణా, నీయల్లుణ్ణి ఆఅయ్యోరిని ఒదిలేటట్టు శేశి చివపూజ మానిపించి బాగు శేసుకొంటావా? మమ్మల్ని యింకోణ్ణి కులంపెద్ద శేసుకోమంటావ?

అడ్డుపడుతుంది. మీాయిట్ట మెచ్చినట్టు శేశికోండి. ఇన్నాళ్లూ నంగుణ్ణి పట్టుకు యేలాడాను. నామాట యినని నిర్భాగ్గుడు. వాడిట్టం, మీాయిట్టం. ఎంతని ముసలోణ్ణేశ్చేది.! (వినుట నభినయించి) అదుగో మాయెత్తోడు ఒత్తుండాడు, 'చివచివాం' టా, మీారే మాట్లాడండోయి.

[అరమూఁతకనులతో, చేతులతో తాళము వేయుచు, భావవేగమున నృత్యము సేయుచు నందుఁడు ప్రవేశించును.]

నంద:—స్వామీా, నటరాజా, ఎందులకయ్యా మా కగపడవు ? లోకమందు పాపమున్నదనియా స్వామీా? మే మేమెఱుఁగుదుము ? నీవొనర్చినదిగదా యీప్రపంచము ? ఈక్రౌర్యము నీకుఁ దగునా ?

'దోషయుత' మని నీసృష్టి దూఱు టేల ?
నీవ కర్తవు, భర్తవు; నీకె శక్య
మయ్య, నీచేఁత మేలుగా మార్పు సేయఁ.
దామసం బేల ? కరుణింపఁ దండ్రి రమ్ము. 8

కుప్ప:—నందన్నా యేమంటుండావురా ?

నంద:—స్వామీా, నీవున్న కొండపైకి మే మెట్లు రాఁగలము? అణువునందును, నీ వుందువఁటగదా. ప్రత్యక్షము కాఁగూడదా?

కరు.—(నందునిఁ బట్టుకొని ఊఁచి) ఒరేయి నందా, యాడుండావురో ? యేలోకానికి బోయినావురో ?

నందు:—(నిశ్చేష్టుఁడై కొంతకాలమునకు ప్రకృతిని పొంది) ఏమి, కరుప్పణ్ణా, యేమి ?

[illegible]

ఒదలవా ?

నందు —(చుట్టును పరికించి) కరుప్పణ్ణా, ఇదియంతయు నేమి ? ఈకోళ్లేమి ? వేఁటపోతు లేవి ? మరల బలులు మొదలుపెట్టినారఁటరా ?

ఇరు:—పోరే. నీయెర్రి యిన్నాము గాబట్టే మరిడమ్మకు కోపమొచ్చి పల్లెనంతా ఊడ్శేశింది! ఇకమీద నీమాటే యినము పోరా. దాసరయ్యా శెప్పినాడులే.

నందు:—మనవంటి జీవములనే నఱికిన, ఏదేవునికి దయగల్గునురా ? ఇవియు దేవునిబిడ్డలేగదఁటరా.

ఇరు.—చాల్లే. నీవు మాఁసం తినకుండా, కలుదాగకుండా, పెళ్ళాం మొగము సూడకుండా గొప్పోడివైనావులే!

కట్ట — ఒరే, అనుకున్నమాట శెప్పండిరా.

ఇరు.—ఒరే నందా, మీమామను నడిగినాము, నిన్నుశిగ మన్నాడు. ఇదివరకు పెద్దోడు గంధా అని అతడి మొగం సూశి వూరుకున్నాము. ఇకమీద అట్లా వూరుకుండేదిలేదు.

కరు —ఈ వెఱ్ఱోదిలి కులకట్లకు లోగిఉంటావా ? మమ్మల్ని వేఁ కులపెద్ద ల్నేర్పాటు శేశికోమన్నావా ?

ఇరు.—ఆబాపనమొోళ్ళని ఈపల్లి తొక్కకుండా శెయ్యాలి. మరిడమ యిందాక కోరినట్లు బలులిచ్చి కల్లుకుండలు నైవేద్ద మిచ్చి యే పోతెయ్యాలి. (లోపల వేఁటపోతు మరణధ్వని

నంద:—శివశివశివా! స్వామీ, పరమదయాళూ, ఈవజ్రహృదయముల మెత్తపఱుపఁ జాలవా? నీకరుణామృతవృష్టిచే వీరి హృదయతే

డాయి న్యాయమా? సబద్ధలయ్యాత్రం బాప నవుగా కవ్వరయ్యా?
ఈయజ్ఞతం దొలంప నీవుగాక సమర్థు లెవ్వరు?

తెలియమియే మహాఘమొ? హృదిస్థిరునిన్నెఱుగంగఁజాలిరే
వలనను యోగిపుంగవులు, వాంఛిలనేర్తురె దాని వీరలున్.
"గలితమహాతమస్కు"లని ఖండనముం బొనరింతె దీనులన్
వలదిటు సేఁత, దేవర, కృపన్ మముఁజూడుము చంద్రశేఖరా 9

(అని నిష్క్రమించును)

కరు:—నూశావు, కుప్పణ్ణా, బనులు శెప్పకుండా పోయినాడు. ఇక లాబం లేదురా. నీవే యింక మా పెద్దగా నుండాలె.

కుప్ప.—నాకొద్దురా పెత్తనం. ముసలోణ్ణి, ఒదిలెయ్యండి. నీవే వుండు కరుప్పణ్ణా.

కరు:—నా కొద్దురా.

ఇరు.—బాపనయ్యో రొదిలితే బాగుండును. అప్పటికైనా నందన్న మన ఛారిలో బడతాడేమో!

కుట్ట:—మనమంతా పోయి పెద్దయ్యోరుతో శెప్పకుందామా?

ఇరు:—అవునురా. అట్టశేస్తే ఆయన నాలుగు తన్నిస్తాడు. యీడికి ఈ యెత్తి గుదిరి బుద్దొస్తుంది. కుప్పణ్ణ చేతగానోడు గామట్టి—

కుట్ట:—ఆయ్యోరి శేవకు ముందా, యెనకనా, పోవడం?

కుప్ప:—మద్దాన్నం అయ్యోరు బోంచేసి పడుకుంటాడు. మనము పొద్దు దిరిగి ఒకటిరెండు గడియలకి బోతిమా, ఆయన పురాణము యీనేదానికిముంగు మనమాట ల్నింటాడు. శిన్నయ్యోరి కేమైనా బుద్ది శెప్తాడు, పోదాము రాండిరా ముందు అయ్యోరిదగ్గిరికి.

[అందఱు నిష్క్రమింతురు.]

తృతీయాంకము

స్థలము : నటరాజభట్టరు నిల్లు.

[ముందు వసారాలో మంచముపైఁ గూర్చుండి తాంబూలచర్వణము సేయుచు నటరాజభట్టరు ప్రవేశించును.]

నట:—ఏకపుత్త్రుఁ డధిగతశాస్త్రచయుఁడై యుండుటకు సంతసింపనా, శిష్టానుగతసంప్రదాయవిరోధియై యుండుటకు, దుఃఖింపనా? వచ్చి ఇరువదిదినములు గాలేదు, చుట్టునుండు గ్రామములవా రందఱును వానిని దర్శించి పాండితిని గీర్తించిపోవుచున్నారు! "స్త్రీలేనియిల్లు తామరలేని కొలను, శోభాకరము గాదు" అని నేనెంత చెప్పినను వినఁడు. బయటికి వెన్నెల, లోన తమము గల చంద్రునివంటిదా వీనిబోధ? ఏమి చేయుదును? ఆహా, వీని తల్లియే యుండిన.......

సుతచయిముగ్ధభావసుధఁ జొక్కొనఁగూర్చును, దాల్మినూడ్చుశో
కతమము మోముచందురుని క్రమ్మపువెల్గులఁ జీల్చుఁ,
జెయ్వులన్
బతిమతి డక్కఁగైకొనుఁ, దపంబుఫలంబని మెచ్చనొందు; నా
సతి యిలుశోభ నిల్పదె? విసంబిలయాఁ గలవాణి లేదిచోన్. 1(

నట:—ఏమిరా, అందఱు గుమిగూడి వచ్చినారు? కుప్పణ్ణా, ఏమిరా విశేషము?

కుప్ప:—మ రేమిలేదు, దేవరా. మానందుణ్ణి గురించే.

నట:—తెలిసినదే. క్రొత్త యేమిరా?

కరు:—సామికి తెలియకుంటదా, దేవరా.

నట:—ఉన్నదేమో చెప్పరాదంటరా.

కరు:—సామికి కోప మొత్తుందేమో అని బయము.

నట:—నా కెందులకురా కోపము?

ఇరు.—నందన్న యీమధ్య మరీపిచ్చిలో బడుతుండాడు. మునుపు పగలే ఆడిపిచ్చి. ఇరవయిరోజుల్నుంచి రాత్తుల్లుగూడా ఆడిబజనలే. ఆణ్ణి కాపు శేయడం మరీ కష్టమయిపోయింది.

నట:—నాకు కోపము వచ్చుటకు దీనికి సంబంధ మేమిరా?

కుట్ట:—ఈమధ్య ఆడితోపాటు ఇంకోమనిషికూడ కూడుకున్నాడు.

నట:—ఎవరు?

కరు:—అబద్ధమైతే మన్నించాల పబువులు. మరి... రాత్రులు... ఇంటిలోనే... ఉంటాడా శిన్నయెయ్యారు?

నట:—ఆ! ఆ! ఏమి! ఏమన్నారు? అబద్ధము గూయుచున్నారా! లేక నిజముగా మా విశ్వనాథుండేనా? అబద్ధ మాయెనా......

ఇరు:—కళ్లనూశింది నిజమైతే సత్తెప్పమానికంగా శిన్నయెయ్యారే, దేవరా ఏమిరా కుట్టా, ముంగిలాగ వూరకుంటావేమి?

గుండే పెద్దసింత, దానికింద గంతు లేస్తాడు. పదిదినాల్రకంట చిన్నయ్యో రొచ్చి మాంవకి మొక్కి యేంటేంటో అన్నాడు. మాంవతో గిలిసి గంతు లేశాడు. " ఇదేంటి దేవరా " అని నానంటా. "కుట్టా, నీ కేం తెలుసు - వండన్న గొప్పబత్తుడు. మాకంతా గురువయ్యేవోడు" అనన్నాడు. నాను బయపడి మా అన్నకి శెప్పినా. మాఅన్నావోళ్లంతా ఒచ్చి నూశారుగాని పెద్దోళ్ల సంగతి మన కెందుకని ఊరుకున్నారు.

ఇరు:—మొన్న జాతరలో మరిడమ్మ దాసరయ్య కొవేసంపూని సాములు మాలోడకు రావటం శేత నే పెద్దమ్మోరు గొట్టాలమ్మ పల్లిలో కొచ్చిందని శెప్పింది.

కరు —సామికి శెప్పకోకపోతే మరికొవని ఒచ్చాము దేవరా.

ఇరు·—ఇక సామి శిత్తము. ఏమి శేయమంటే అది శేత్తాము.

నట:—(నిట్టూర్పు విడిచి) ఓరీ, నేను కనుంగొందును లెండు. ఇంకమీంద మావాండు మీవాడలోనికి రాకుండ చేయుభారము నాది. మీరు పొండి [మాలలు నిష్క్రమింతురు.] ఓరీ కుప్పన్నా, ఒకమాట [కుప్పన్న తిరిగి వచ్చును.] మీరు పొండి....కుప్పణ్ణా,నీవు మంచి వాండవు, నిజమే పలుకువాండవు చెప్పు. నిజముగ విశ్వనాథుండు మీవాడకు వచ్చినాండా ?

కుప్ప :—ఏం శెప్పేది దేవరా? నిజమే. చిన్నసామి అద్దరాతిరియేల అక్కడికొచ్చి తెల్లవారుజాముదాక బజనజేస్తాడు. తర్వాత కోనేటిలో తానం శేశి కోవెలలోకి బోతాడు.

నట:—సేరి, సరి. పొలము ఎటు లున్నదిరా?

నట:—మంచిపంట పండిన పాలేరుల కందఱికి బహుమాన మిచ్చెదను.

సరి. నీవుపో. నందు నొకమా ఱిక్కడికి రమ్మను.

కుప్ప:—సిత్తం దేవరా. [అని నిష్క్రమించును.]

నట:—ఇది యొకటి, ఊరిసిన పుండుపై సుప్పాగారము. ఈనిర్భాగ్యున కీదుర్గుణ మెట్లు కల్గినది? మాలవాఁడు వీనికి గురువా! గాఁడసంప్రదాయము కొంపబోలు. అహో! అహో! వాదమున గెలిచి యొప్పింపలేను. కోపించిన మరల ఏదేశ మేఁగునో? స్వామీ, శివకామేశ్వరా, నీకును గొడుకులు గలరే. ఈపరీక్షలు మా కెందుకయ్యా కల్పింతువు?

స్వయము మహాపండితుఁ డయ్యును శ్రుతిస్మృతిసదాచారగర్హ్యముగా నీచండాలసంసర్గదోషమునకుఁ బాల్పడుచున్నాఁడే! కాలగతి నేమనుకొందును?

ఈవిషయము తెలిసిన నీయగ్రహారమున మరల తలయెత్తుకొని తిరుగుట యెట్లు? పూర్వజన్మమున నేదోష మొనర్చితినో సహచారిణి నన్ను వీడి దివంగతయైనది. మృతుఁడనుకొన్న సుతుఁడు లభించెనను సంతసము లేక వీఁడిట్టివాఁడు కావలయునా? అది యుండిన...

(కన్నుల నీరు నించును.)

[విశ్వనాథుఁడు ప్రవేశించును.]

విశ్వ:—(చూచి స్వగతము) ఏ మిది, నాయనగారు కన్నీరు నించచున్నారు! నేను వివాహమును నిరాకరించుటకేనా? ఏమి భ్రాంతి! ఎంతచదివినను సంసారమోహము జీవులను వీడదుగదా. పోయి ఊరడింతునుగాక (దగ్గఱకు పోయి) ఇదేమి నాయనగారూ, ఇట్లున్నారు.

విశ్వ:—పరాశరభట్టరు ఒకవాక్యము సమన్వయింప కబురంపఁగా వారి యింటికిఁ బోయి వచ్చుచున్నాను. (పరికించి) పురాణకాలక్షేప కాలమైనను ఎవరును రాలేదేమి? చాపలఁ జెచ్చెదను. (స్వగ) ఎట్టి వత్సలుఁడు మా నాయన. [నిష్క్రమించును.]

నట;—ఏమిచెయుగుదును? ఆనందుని జేరక, వివాహమునకు సమ్మతించి యుండినచో... [నిట్టూర్పు విడుచును.]

నందు:—[ప్రవేశించి] దేవరా, దండము. రమ్మన్నారఁట.

నట:—(వానినే పరికించి) ఏమిరా, ఇంత కృశించితివి. కనఁబడుటే లేదేమి! (స్వగ) వీనిని జూడఁగనే నాకోపము సగము పోయినది. (ప్రకా) ఏమి, మొన్నజాతరలో గడబిడ చేసినావఁట.

నందు.—స్వామీ, ఏమిచెప్పుదును? మావారు మూర్ఖులు. దేవునిపేర సకలకలుషకార్యములు చేయుచున్నారు. మొన్న పశువధ, మాంసభక్షణము, మద్యపానము, యథేచ్ఛముగ జరిపినారు. ఇట్టి వారిపై స్వామికిఁ గృప యెన్నఁడు గల్గునో? ఈయకార్యములు వలదన్న నన్ను పిచ్చివాఁ డందురు.

నట:—రాత్రులందును భజనలు మాననివాని నేమందురు?

నందు:—(స్వగ) స్వామికి చిన్నయ్యవారిమాట తెలిసినదా యేమి?

నట:—సరియే. అటనే యుండుము. వారుగో పురాణకాలక్షేపమునకై బ్రాహ్మణులు వచ్చుచున్నారు. అది అయిన తర్వాత నీతో మాటాడెదను.

నందు:—స్వామిచిత్తము.

శింతురు.]

నట —స్వాములారా, ఇటు ఇటు (బ్రాహ్మణు లరఁగులపై నాసీను లగుదురు.)

నట్వ —అన్నా, పరాశరభట్టరూ, ఆరంభింతమా ?

పరా:—అమృత మిత్తుమన్న వల దనువా రుందురా ? అందును చిరంజీవి కంత మేమి ? ఆమార్దవము ఆసౌఖ్యము చెప్పనగునా ?

నట:—విశ్వనాధా, ప్రారంభింపుము. పరాశరభట్టరు అర్ధము చెప్పుదురులే. ఎంతవఱ కైనది ?

విశ్వ:—చిదంబరమాహాత్మ్యమున వ్యాఘ్రపాద హిరణ్యవర్మ సంవాదము ముగిసినది.

నట —సరి, కానిమ్ము.

విశ్వ.—

శుక్లాంబరధరం విష్ణుం శశివర్ణం చతుర్భుజమ్
ప్రసన్నవదనం ధ్యాయేత్ సర్వవిఘ్నోపశాంతయే.
ఓంకారనిలయం దేవం గజవక్త్రం చతుర్భుజమ్
పిచండిల మిహం వందే సర్వవిఘ్నోపశాంతయే.
యస్మా త్సర్వం సముత్పన్నం చరాచర మిదం జగత్
ఇదం నమో నటేశాయ తస్మై కారుణ్యమూర్తయే.

(సరాగము)

కదాచి జ్జైమినిమునిః కర్మకాండప్రవర్తకః
సామ్నాం సహస్రశాఖానాం పారం దృష్ట్వా మహామతిః

(పరాశరభట్టరు అర్థము చెప్పును.)

నంద:—(స్వగ) ఆహా! స్వామియనుగ్రహము! నన్బోంటివాని చెవులలో నెట్టి యమృతము పడుచున్నది.

విశ్వ:—

శీతలే శివగంగాయాం స్నాత్వా పాథసి పావనే
దృష్ట్వా చిదంబరం దివ్యం దేవం సంపూజ్య భక్తితః
సామగానప్రియ స్యాస్య శంభో రానందతాండవమ్
అత్యంతపశ్చాద్భాగ స్సన్నద్యా ప్యాలోకతే మునిః.

పరా:—(అర్థముచెప్పి) ఈక్షేత్రమునకు సాక్షాత్తు జైమినులవారు వచ్చి నందువలననే క్షేత్రమాహాత్మ్యము తెలియుచున్నదిగదా. ఈ క్షేత్రము నొక్కమాఱు చూచిన చాలదా? ఆదేవాలయస్వర్ణ గోపురము చూచి ఆనందించుభాగ్యము ఎవరికో మహానుభావులకుం గాని లభించునా? లోపలికిఁబోయి కనకసభయందు ఆసీనుఁడై యున్న యానటరాజమూర్తి దివ్యమంగళవిగ్రహము నొక్కమాఱు చూచినచూపు విషయములపైకి మరలునా! అందులకనియే యేమన్నారు,

సర్వే వసిష్ఠప్రముఖా మునయో నారదాదయః
పరోక్షఫలదాయీని త్యక్త్వా స్థానాని భూతలే
సదా వసన్తి చాక్షుష్యే శంకరానందతాండవే
ముక్తిదే దృష్టిమాత్రేణ స్థానేఽస్మిన్ మునిపుంగవాః.

(అని దాని కర్థము చెప్పి) ఒక్కమా ఱాక్షేత్రమును చూచిన చాలదండీ! ముక్తి కరతలామలకము గదా.

(బ్రాహ్మణులు తెల్లఁబోవుదురు. పరాశరంభట్టు 'నందా' అనఁ
బోఁగా విశ్వనాథుఁడు వారించును.)

నంద:—

శౌరి విపంచి మీటు, స్వర చాలన సేయఁగఁ దుంబురుండు, నా
నారదుఁడే రచింపఁ గథ, నంది మృదంగముఁ బూన, భృంగిసం
చారము లొప్పఁ దాళమున, సాధ్వసయుక్తతఁ జూడ గౌరి, నీ
వారభటిన్ నటించెడి యఘాంతక తాండవ కేళిఁ జూపవే. 11

స్వామీ, పరమాణువుపై నింతయాగ్రహమా?

మానసాకాశతలమున మలయు తమము
మౌళిచంద్రునికాంతిచే మాన్పు తండ్రి.

ఆహా, ఆహా, వాఁడుగో నటరాజమూర్తి. అయ్యో, అయ్యో, అంతలో మాయమైనాఁడు,

ఇరుగడల నొత్తుఘనముల నింపుకాంతి
క్షణము కాక చిరమ్ము సంకలిత మౌనె? 12

[మూర్ఛిల్లును.]

(విశ్వనాథుఁడు పరుగునఁబోయి నీరు ముఖమునఁ జల్లి తేర్చును. బ్రాహ్మణు లాశ్చర్యము నటింతురు.)

నందు:—[తేఱి నిష్క్రమించును.]

పరా:—ఏమి, చిరంజీవి ఉన్మత్తుఁడైనాఁడు! పోయి మాలవానిని తాఁకినాఁడేమి! ఒకవేళ మూర్ఛిల్లినమాత్రము మాలఁడు తేఱు కొనఁడా? వృథాగా మైలపడియెనే! ఎంత మంచివాఁడైనను ఇట్టి అసంప్రదాయపు నడతలు కూడునా?

శునిచైవ శ్వపాకేచ పండితా స్సమదర్శినః.

నట:—నిర్భాగ్యుఁడా, నోరుమూసికో. పిన్న పెద్ద లేదా? పెద్దలకు బదులు చెప్పుటయా దిక్కుమాలినవాఁతలపఁ దోఁడు! ఇవన్నియు తెలియకే పరాశరభట్టరు నీకు చెప్పఁబోయినది! మహర్షులవంటివారు, వారు చెప్పినది శిరసావహింపక బదులు! అన్నా, చిన్నవాఁడు. పొరపాటయినది. క్షమింపవలె. ఇఁక, ఈ దినము, సచేలస్నానము, ప్రాయశ్చిత్తము, నూత్నయజ్ఞోపవీతధారణము, సహస్రగాయత్రీ జపము, సాయంకాలమో రాత్రియో అగును. ఈనాఁటి కిఁక పురాణము ఉండదేమో. ఆయాసము కల్గించితిని. తమ రందఱు ఋషితుల్యులు. అనుగ్రహింపవలె (అని మ్రొక్కును).

పరా.—నీవింతగఁ జెప్పవలెనా నాయనా! ఏదో కుఱ్ఱవాఁడు. సరి. ఇఁక, మేము పోయి వత్తుమా?

నట:—కొంచె ముండుఁడు. (లోనికిఁబోయి తాంబూలాగులు తెచ్చి యిచ్చును.) సెలవు, సెలవు [బ్రాహ్మణులు నిష్క్రమింతురు.]

నట.—విశ్వనాథా, ఇటురా, ఇంత యొడలు దెలియని చేఁత లేమి?

విశ్వ.—ఎఱ్ఱనియెండలోఁ దోడిమానవుఁడు మూర్ఛిల్లిపడిపోయినప్పుడు ముఖమున నీరు చల్లుట తప్పా నాయనగారూ?

నట:—ఓరీ, నాకుఁ గోపము తెప్పింపకు. తప్పో, ఒప్పో! నీకొక్కనికే ఉన్నది కాఁబోలు ఈభూతదయ! ఈయపభ్రంశములు తాతల నాఁటినుండి ఈయింట లేవు. నా యూపిరి ఉండఁగా రాఁగూడదు. తెలిసినదా! చదివి వచ్చితివని సంతసించితినిగదరా నిర్భాగ్యుఁడా! నీచదు వేయేటఁ గలిపివచ్చితివిరా? మాలకుంకపై

నీ కేమంతదయ ? నీచుఁడా, ఎంతని యోర్చుట. నీ కొకమా
గురువా ? రాత్రులు మాకన్నులు గప్పి వానితోఁగూడ సెగు
బోవుచున్నావంటరా ? బంగారువంటి మావంశమునకు మచ్చ దె
వంటరా ? ఏదో మనకడుపు చింపుకొన్న మనకాళ్లమీఁద నేగ
పడును అని యోర్చుకొనియున్న అందఱియెదుట పట్టపగలే
దిక్కుమాలిననడత లారంభించితివా ! పైఁగ వేదాంతమా !
మాఱు నీవు వానితోఁ గలసినాఁడన్నమాట నాచెవిఁ బడ
తర్వాత నీపాట్లు చూడు. అనాచారపు దరిద్రుఁడా, పో లో
పో. [ఇరువురు నిష్క్రమింతుర

చతుర్థాంకము

స్థలకము I:—శివాలయపురోభాగము - అర్ధరాత్రము.

[అంతట నందుఁడు ప్రవేశించును.]

నందు:—ఏమి యింకను చిన్నస్వామి రాలేదు? పెద్దస్వామి వలదని యుండునా? ఈశా, జగదీశా, నిరంతరసంతోషదాయక మగు నీసంకీర్తనకేని నోఁచుకొనమైతిమా? నాకు సహచరు నొక్కనిఁ బ్రసాదించియు, క్షణముననే యథాపూర్వము ఒంటరిం జేయుదువా? తండ్రీ, పరమపురుషా.

మునుము నొంటి రమింపలేక సృజనన్
బూనంగలే దయ్యా? యే
మును ని నొంటిమకామె? యీవె సహజ
మ్ముగ్ ద్వంద్వపుంభావ; మే
మన నీవే యొసఁగన్ దొలంప, నిటులే
లన్యాయముం జేయ? నొ
క్కని నీయన్ ఘనమౌనొకో సహచరుం,
గైమోడ్తు, నన్ బ్రోవవే. 13

... మ్మ.

ఈసంజ నీమహిమ మేగదా వెలార్చును.

మేకొను నీదునూరుపుల మెల్లని చల్లని కమ్మ తెమ్మెరల్;
పైకొను నేత్రరక్తిమను ప్రాచిఁ దలిర్చెడి రాగరేఖ; లా
లోకనసౌమ్యమూర్తి రవి లోచనమాత్రుఁడ; సర్వలోకమో
హాకుహనాకిరాతక, త్వదుజ్జ్వలతేజము దాఁచు తీరెకా. 1

[విశ్వనాథుఁడు ప్రవేశించును]

విశ్వ:—[దుఃఖముతో] నందా, నందా,

నంద:—స్వామీ, మీరా, ఏల యిట్లున్నారు?

విశ్వ:—నాయనగారు నన్నిఁక నీతో భజన సేయ వలదన్నారు.

నంద:—అందురుగాక, స్వామీ, దాని కేల యింత యాయాసము?

కనరో, స్వామి, సదాగుహాంతరమునన్ గల్యాణుఁ గాలాత్మకున్
వినరో సేవల నాథుమందవచసుల్ ప్రేమామృతస్వాదువుల్;
ఘనరోమాంచము దాల్పదో తనువు, నేకాంతప్రకారమ్ముగా
గన బాలేందుశిరస్కునిన్ శివుఁ దదంకాసీన శైలాత్మజన్. 1

విశ్వ:—దానికిఁ గాదు, నందా, నీవంటియుత్తముఁ శోకవేళ అథః
వర్ణమున నుదయించుఁగాక, నీ యున్నతిని జనులు గ్రహిం
లేకున్నారే; కడకు నాయనగారును ఇంతచదివియు ఈమాం
యందే యున్నారే యని.

నంద:—స్వామీ, జగదీశుని కృపలేక అందఱికిని తమకుంబోలె యథా
దృష్టి అలవడునా? దేవుఁడు తానై నిర్మించిన ఊూహైహిః

మమత గురూక్తి నొల్లక,
యమర్షమునఁ సతి దేహ మూడ్చెఁగా
"శమమును వీడి తేల, ప్రియ,
నారసలోచన" యంచుఁ దూలఁగనే?
ఉమ, గిరిరాజకన్య, తప
మూనినమాత్ర సహింపలేక తా
నమలినయోగి యయ్యును
స్వయమ్ము గొనండె గృహస్థభావముఁ. 16

విశ్వ: — నాయనగారి మనస్సెప్పుడు మారునోకదా.

నందు — ఎపుడా సర్వేశ్వరుని కీయజ్ఞానమును ధ్వంస మొనర్ప తలం పుదయించునో అపుడు. కేవలము తపించినమాత్రమున భక్తి జ్ఞానము లుదయింపవు. ఉత్సాహానుకూపచేష్టములనుఁ [illegible] సిద్ధికి కాలపరిపాకమును వలయును. అయినను (మంగస్వామిన) తముబోఁటి యుత్తములంగన్న మహానుభావుల [illegible] భక్తిబీజం బుండకపోదు. అది వచ్చుచున్నది, స్వేచ్ఛాకాలము.

వినఁబడుచున్న వీశ్రవణవీథుల ముక్తిసుధార్ద్రగీతముల్,
కనఁబడుచున్న వాశివుని కమ్రపదాబ్జములున్ స్ఫుటంబుగా,
నొనరుచునున్న దా మహితు నోరువఁజాలని ప్రేమభారమున్,
వనటలిఁ కేల, స్వామి యిల బంధము లన్నియు వీడనుండు. 17

విశ్వ: — అయిన నందా, నిన్నుఁ జూడక నే నెట్లుందును?

[illegible]

విశ్వ:—నందా, నీవేల పొలములవంక రారాదు? పొలముపని [illegible]
నెపమున నే నటకు వత్తునుగదా.

నంద:—స్వామీ, అటులే కానిండు.

విశ్వ:—నందా, నీతోఁగూడ భజన లింకొకమా ఉండఁబోవు. కడపఁ
పర్యాయము నీగీతమున నన్ను నటరాజదేవచరణారవిందానం
మత్తుని జేయరాదా.

నంద:—స్వామీ, ఇరువురము కలసియే పాడుదము.

(ఇరువురు భజన సేయుదురు.)

నంద:—ఎల్లరు వచ్చువేళ యయినది. తమరు—

విశ్వ.—వెడలుచున్నాను. పొలముసంగతి మఱచిపోవలదు.

నంద:—అట్లే స్వామీ.

[విశ్వ. నిష్క్రమించును.]

తంత్రీ,

ఏ నెఱుఁగఁ ద్వదీయగతి; నే నెటు చూచిన నాకు బంధమేఁ
కానఁగనౌ, పరిభ్రమణకారి మనశ్చలవృత్తి; దీననే
మానునె బంధముల్ ? సుఖముమార్గమ దేమొకో? హీనసేవ
దీనతఁగ్రుంగుటల్ బాసఁగ దే ప్రమహాఃపథము క్తిభాగ్యముల్

నీవేల నియమబద్ధమగు నీసీమ నతిక్రమించి ఎల్లయెడల నీగుణా
భవప్రవాహమే నిండునటులు చేయవు? స్వర్వస్వతంత్రునికి నీకీబంధ మేఁ

నీయనుగ్రహామృతమున నీస్వల్పపాత్రము నిండినను బంధస్మృ
లింకను మాసిపోకున్న వేల? ఏమో నీచరిత అతిగూఢముగా నున్నది.

"నను మన్నించి భవజ్జనంబులకు నానందంబు నిండించు నీ
తనురూపంబిది నామనంబున కచింత్యంబయ్యె: నీ యుల్లసద్
ఘనవిశ్వాకృతి నెవ్వఁడోపుఁ దెలియన్: గైవల్యమై యొప్పు నా
త్మనివేద్యంబగు నీదు వైభవము చందం బెట్టిదో యూహింపన్."

(భాగవతము)

పొలమున కేఁగెదను గాక (పరిక్రమించును.)

స్థలకము 2 - పొలము.

నంద — ఇదె పొలముం జేరితిని. మా వా రెవరును ఇంకను రాలేదు. ఇదిగో మంచె. దీనిపై నెక్కెదను. (ఎక్కి) ఒడిసెలయు రాలును ఇందున్నవి. (చేత గ్రహించి) ఓహో! ఎంతలో పొలమునంచుల నీవిహంగములు గుమిగూడినవి! పైరుపై వ్రాలవేమి! రండు. ఇచ్చవచ్చినట్లు భక్షింపుఁడు. సందేహింపకుఁడు. ఏల రాలేదు? చేత నొడిసెలం జూచియా? ఇదె పారవైచితిని.

ఓహో, వేషమున నేమి మాహాత్మ్యమో కదా! ఒడిసెల విసరి వైవఁగనే పక్షులు భయమువీడి పైరుపై మూఁగినవి. లేక నా యొడలివిభూతిం గాంచి జగజ్జనకతనయునిగా నన్నుగుర్తించినవో! ప్రభూ, సుందరేశ్వరా, త్రిలోకైకమోహనా, భూతిలిప్తసర్వాంగా, రసావేశనర్తనసమ్మోహితమునిబృందా, భూతియం దింత విభూతి యుంచినాఁడవు, నీయం దెంత విభూతి యున్నదో!

విశ్వేశ్వరుడు [illegible]

అజినధారివయ్యు నైశ్వర్య మిత్తువు;
ఈశుఁడయ్యు బిచ్చ మిచ్చగింతు; [illegible]

[illegible]

ఈ విరుద్ధగుణము లెట్లు లొందవె ? 19

స్ఫటికవర్ణ, సుధార్ద్రప్రసన్ననయన,
మొలకనగవునఁ గళదేఱు మోము గాంచి,
ఈయఁ దలఁకొన్న శివనైన నిచ్చు తెగువ
నరసి, నామన మొక్కింత యాసపడును. 20

విహంగములారా, తమ్మిదీఱ భక్షింపుఁడు. నేనును ఈప్రపంచాకాశ పథమున విహంగరీతి విహరించుచున్నాను. కాని మీవలె నాకు స్వేచ్ఛాప్రాప్తి లేదుగదా.

మీరో—

రయమునఁ బోయి నాచెలువు రమ్యకళాయుత దేహశోభ నె
ల్ల యనుభవించి, క్రొమ్ముక్కు లిడి, లాలనభాగ్యముపొందనేర్తు రే
నయమున లేదు, శోకమున నాకొనఁగూడదద, యెంచు టెట్లు ల
య్యా యగజనాథుఁ జూచి నయనార్తిఁ దొలంచు సుఖంపు
మార్గముల్. 21

(కన్నీళ్ళతో) హృదయక్షేత్రమును తల్లిమరణమను నాఁగలిచే దున్ని త్వదంఘ్రిభక్తిబీజముల నాటితివి. నీకృపామృతవృష్టిచేఁ బోషించితివి. ఫలకాల మెప్పుడు ?

అమ్మా, హిమాచలతనయామణీ, నీవైన నాథుని కీదీనుని యుదంతమును దెల్పి యుల్లముఁ జల్లచేయరాదా ?

(మైమఱచి యుండును.)

నట:—ఏమిని! పాలే రొక్కఁడును లేఁడు! పశువులు పైరు నంతటిని హరించుచున్నవి! ఇదియే మన్యాయము! మంచెపై నెవఁడో యున్నటు లున్నది. పోయి చూతునుగాక. (పరిక్రమించి) ఒడిసెల క్రిందఁబడియున్నది. మంచెపై నెవఁడు? (చూచి) ఆహా, నందుఁడే! నేఁటికి వీఁడు పైరుఁ గావవచ్చి యున్నత్తుఁడు గావున మేను మఱచియున్నాఁడు. ఎంతని యోర్చుట? వీనియెడల నోర్పుఁ జూపినకొలది మేర మీఱుచున్నాడే? (కోపముతో) నందా, నందా, నందా.

నందు:—(లేచి దిగివచ్చి) స్వామీ, ఈవిరహము నోర్వఁజాలకున్నాను. నామనోహరునిదర్శనము లేక ప్రాణములు నిలుచునటుల లేదు. చిదంబరమునకుఁ బోయి ఆ నటరాజపదాబ్జసేవ సేయక నేను జీవించుట కల్ల.

నట.—ఆఁ! తర్వాత!

నందు.—స్నేహితుల కందఱికిని చిదంబరయాత్ర రేపురేపని చెప్పుచు నిన్నినాళ్లు గడపితిని. ఇఁక నోర్వఁజాల. మా తండ్రి నటరాజ మూర్తికి నాసేవ లేదను తలంపు నోర్చు టెట్లు? అనుజ్ఞ నిండు.

నట:—ఓరీ నందా.

నందు.—స్వామీ,

నట:—ఈదినము పొలముకా పెవనిదిరా?

నందు:—నాదే.

నట.—పశు లన్నియు పైరుపై మూఁగియున్న వేమి? ఏమి చేయుచున్నావు?

ప్రాణిని నేను బాధింపనని తెలియదు. నేనేల వీని యాఁకలి నడ్డగించి తండ్రియెడ నపరాధిని గావలయునని యెడిసెల పాలి వైచితిని. దానికిఁ బశు లన్నియు సంతసించినవి. మాతండ్రి నటరాజును సంతసించినాఁడు. వీఁడుగో! తండ్రీ నటరాజా! వచ్చితివా! ఆహా, ఏమి, నవ్వుచున్నావు. నన్నుఁజూచిన నీకు నవ్వా?

నట:—నవ్వా! దుర్మార్గుఁడా! ఏడుపు, నీకు వచ్చు నిదిగో చూడుము. దుష్టుఁడా! నీతాతముల్లె యనుకొంటివా? మాలదొంగ, నీ మొగమునకుఁగూడ నటరాజమూర్తిదర్శనమఁటరా? పైరునంతటిని పశులకుఁ బెట్టి చిందులు త్రొక్కుచున్నావా? పాపాత్ముఁడా! (కొట్టును) ఓహో! ఇదేమి? ఒడలియం దేదియో అద్భుతశక్తి తరంగము ప్రవహించుచు నన్ను ముంచివేయుచున్నది. ఓహో! ఏమిది? నే నెక్కడికి పోవుచున్నాను? ఓహో, ఏమి యానందము! ఇదేమి యింద్రజాలమఁటరా! (కొట్టును) ఓహో! ఓహో! ఇదేమి, వీని స్పర్శమాత్రమున సర్వాంగము లిట్లు మోహ వివశము లగుచున్నవి? ఇదేమి యమృతమా! విషమా! దుఃఖమా! ఆనందమా! వీనియం దేమహిమ గలదు? (ఆనందబాష్పములతో) ఇదేమి? కన్నుల నీరు గ్రమ్ముచున్నది. ఓరీ నీమంత్రములు మాయలు నాకడనఁటరా? (కొట్టును.)

నంద:—నటరాజస్వామి! ఏమి నాభాగ్యము! పార్వతీదేవి యెంతయో శ్రమించి తప మొనర్చినఁ గాని యీయని నీపవిత్రాంగస్పర్శము నాయట్టిదీనున కప్రయత్నముగ నే యొసంగితివా? ఓహో సకలజీవగణములారా, ఈ నందునిభాగ్యమును జూడుఁడు. సకల

...పై ....పడు ? (పాదములఁ బట్టబోవుచు మూర్ఛిల్లును).

నట:—(ఒకతన్ను తన్ని) ఇంత పొగరఁటరా నీకు ? నాపై నీకనుగ్రహమా ? మాలవానికి నీకే యింత పొగరైనఁ జదివిన బ్రాహ్మణునికి నాకెంత యుండరాదు ? మూర్ఛిల్లితివా. అల్లే యమపురికిఁ బో. నీవుపోయిన మా నిర్భాగ్యుఁ డేమైన బాగుపడునేమో చూచెదను. ఆదరిద్రుని కీదరిద్రుఁడు గురువు' (పరిక్రమించుచు) ఓహో, మాలలందఱు వచ్చుచున్నారు.

[కుప్పణ్ణ, కరుప్పణ్ణ, ఇరులను, కుట్టను, ఇంకను గొందఱు మాలలు ప్రవేశింతురు.]

నట —దొంగగాడిదలారా, ఎక్కడికిఁ బోయితి రింతసేపు ? పైరుచు బసువులకుఁ బక్షులకుఁ బెట్టి యేలోకము లేలఁబోయినారు ? ఒడలు తెలియని నందుఁడా దీనికిఁ గాపు ? ఈమా ఉట్టిది నా కంటె కగపడనిండు, మీవీఁపులు బ్రద్దలు గొట్టించెదను. ఈ దిక్కుమాలిన పిచ్చివాని మూలమున-ప్రొద్దున నే లేచి యెవరిముఖముఁ జూచితినో—మైలవడితిని. [అని కొలఁదిగ వణఁకుచు నిష్క్రమించును.]

ఇరు·— (నటరాజు పోయిన వంకనే చూచి) అయ్యోరు బలే అయ్యోరునో రెరగని పిచ్చిముండాకొడుకునిబట్టి సావగొట్టి మళ్ళా యేంటో యేంటో శెపతాడు.

కుప్ప·—దూర ముండండిరా, గాలి రానీయండి. ఒరేనందా, యాఁవయి నావురా ?

కుట్ట:—అయ్యో, అయ్యో, మామాఁవ నయ్యోరు సంపేశినాడేంటి ? అన్నా యేమే పానం వుందటే ?

గాల్చుకోని, వాననక, యెండనక అడ్డమైనా పనీ శెయ్యడం; మనల నీళ్ళు సీటికి మాటికి సావమోదడం. ప్రక్కఊళ్లో కాపులు, దంచతావుంటే పడలేక బాపనయ్యోర్లు గందా అని యీవూరి కొత్తే ఈళ్ళకిగూడా యీ తెగులు పుట్టిలే యెట్టబ్బా! ఒరేయి మాలోళ్లు, కుప్పన్నని కుట్టన్నని నందుడిదగ్గర వుండనీయండి. మీరంతా యిట్రాండి. (మాల లంచలు కరుప్పణ్ణవద్దఅకు వత్తురు.) ఒరేయి, మనమంతా ఒకతీరు, నందన్న ఒకతీరు గదంట్రా

అంద.—అవును.

కరు:—నోరు మెదపని నందన్న నే ఈబాపనాయన ఈయాళ సావ మోదితే రేపు మనల్ని యింతే గందా.

అంద.—అవును.

కరు.—మనల్ని సూచి ఆఅయ్యోరు నందన్న నొదిలిపెట్టిండు గాని లేక పోతే సంపెయ్యడాని కేమయినా సందేగ ముండేదా?

అంద.—అవునురో అవును.

ఒకఁడు.—ఇన్నితన్నులు దిని మన మీళ్ళ కెందుకొరే శాకిరీ శెయ్యడం.

ఇంకొకఁడు.—శాకిరీ శెయ్యకపోతే బువ్వెట్టొత్తుందే అబ్బీ!

మఱొకఁడు.—ఎట్టోడా, మనక్ రాకపోతే యీబాపనోళ్లకిమాత్రం యెట్టొత్తుందే!

ఒక:—ఇంకోవూరినుంచి మనుసుల్ని పిలిపిత్తేనో?

ఇంకో:—ఎవల్లొత్తారో రమ్మను. ఒచ్చిరా బండకేసి ఉతికడమే.

కరు:—అడ్డదీ మాట! మరి నన్ను కులపెద్దని శేశినారుగందా? సామా

అంద.—శేస్తాం.

కరు.—అనండి మరి. 'నందుడి సాచ్చిగా యింటాము' అనండి.

అంద.—నందుడి సాచ్చిగా యింటాము.

కరు.—నందుడు చెపితేనేగాని ఈ లయ్యోరి పైరులు గోయకండి. అప్పుడీ ఆయ్యోరు మనకొళ్లు పట్టుకోకపోతే సూత్తాం.

కుప్ప:—ఉండెరా, ఉండెరా, నందిన్న లేరుకుంటా వుండాడు.

(అంపలు నందుని జుట్టుకొందురు.)

నందు.—(మెల్లగా లేమను. పరధ్యానముగా) నానటరాజమూర్తి యేడీ. స్వామి, పోయితివా, పోయితివా! పాపాత్ముడనని నన్ను వదిలితివా స్వామీ.

కరు:—ఒరే నందా. సాలదటరా మీ నటరాజయ్యోరు నిన్ను దంచింది. దెబ్బలు మోపుగా పగిలినాయంటరా?

నందు.—(ఉలికిపడి స్వగతము) ఏమిది? వీరంపలు ఇక్కడికి కెప్పుడు వచ్చినారు? (ప్రకా) ఏమిరా, మీరంపలు ఎప్పుడు వచ్చినారు, పెద్దయ్యవారేరి?

ఇరు.—ఆయనా! నిన్ను సావమోది మమ్మలని జూచి ఒణకతా ఊళ్లో కెళ్లాడు.

కరు.—నిన్ను తిన్నిందాని కొాయన పైరు గోయకూడదనుకున్నాము మేమంతా!

కుప్ప.—ఆమాట నానొప్పుకోనురా. తప్పంటే తన్నరా మరి? పైరంతా పచ్చులకి బెటితే,-ఆయనే గాదు-మన మేమయిపోతాముర? ఆయి నంతమోపుగా తన్నడంమాత్రం తప్పేగాని కొత్తదొావలకి బోయి కొంపలకి దేకండిగో యెట్టీముండాకొడుకులు!

ఇరు :—బలే ఓ.డివిరా నందా, అయన నిన్ను కాలి

మేమంతా సూత్తేనే !

నంద్రు :—ఒకవేళ తన్నె నే యనుకొంచము. ఆబా

మీ కేల ?

కరు :—నందన్న యిట్టిపిచ్చోడు గామట్టే ఆయనం

నంద :—కాదు కరుప్పణ్ణా, అట్లన్న నెట్లు ? అది

యన్నట్లు అయ్యవారు కారణము లేక తన్ని

క్రిందటి క్షామములో నాలుగేండ్లక్రిందటి

కన్నముఁబెట్టి రక్షించిన దయాళువు కారణ

నా ? అన్నిటికన్న హెచ్చు, శివునియాజ్ఞ

నా ? మన మేమి పాపము చేసితిమో అను

ఒకవేళ కారణము లేక ఆయన తన్నినాఁ డ

మంచిమార్గమునకుఁ దెచ్చువిధ మిదికాదు.

లెండు. వినలేదా,

ఉపకారికి నుపకారము
విపరీతము గాదు సేయ వివరింపంగా
నపకారికి నుపకారము
నెప మెన్నక సేయువాఁడు నేర్పరి సుమతీ.

అని. ఇంకను మీకుఁ జెప్పవలసినది యెంతవె

చెప్పెదను. [అందఱు

పంచమాంకము

స్థలము :—నటరాజభట్టరునిల్లు

[విశ్వనాథుఁడు ప్రవేశించును.]

విశ్వ :—గృహమున నుండియే మోక్షసాధనమును సేమకుమని గురుపాదులయాజ్ఞ. ఆయాజ్ఞను పాలించుట దినదినము కష్టతర మగుచున్నది.

తండ్రి శాస్త్రవిదుఁడయ్యును వివేకమంజులుఁడు గాఁడు. నాపై నున్న కోపమును నిన్న మహానుభావుఁ డగు నందునిపై వెడలఁగ్రక్కెనఁట. ఇంకను శాంతించినట్లు కానరాదు. నిన్నటినుండి యెపుడును పరధ్యానమే. పలుమారు నన్నుఁ జేరఁబిలిచియు నేమియు లేదని మరలించుచున్నాఁడు. కారణ మేమో ?

నందునిముఖము చూడరాదని నాయనగారియాజ్ఞ. ఏమిసేయుదును ? ఏల ఈ మతిచాంచల్యము ? కానున్నది కాకమానదుగదా ? తితిక్షలేక ఇంతపరితాపము తగునా ?

(నటరాజభట్టరు ప్రవేశించును.)

నట :—విశ్వనాథా !

విశ్వ .—నాయనగారూ, ఏమి ?

నట :—నీవు......నిన్న......ఏమియు లేదు.

విశ్వ :—ఎట్లు చేయుట నాయనగారూ ?

నట .—ఊరకుండుము......ఎవరును నామాట వినరు. ఏమి చేయ

నగును? యథాపరాధదండన మొనర్పఁగూడదా ?

విశ్వ —నాయనగారూ, ఏమి, చిత్తస్వాస్థ్యము లేదున్నారే ?

నట :—చిత్తస్వాస్థ్యము దహించుకొనిపోనీ! నీయట్టి కొమరుఁ డుండఁగా నిఁక చిత్తస్వాస్థ్యమున కేమి కొదవ? పదియేండ్లుగ చిత్తస్వాస్థ్యము నే కల్గించుచున్నావు.........నీ వొకటి.....

విశ్వ .—నాయనగారూ, ఏమిచేయు మందురు ?

నట :—నీవు ..పోయి...

విశ్వ .—(స్వగ) ఏమి ఈ విభ్రాంతి? నిన్నటివృత్తమునకై కల్గిన పశ్చాత్తాపమా ?

నట :—ఏమిరా, ఇంకను ఇందే యున్నావు ?

విశ్వ :—ఎక్కడికిఁ బోయి రావలయునో చెప్పినారు కారు.

నట :—ఎంత మంగుఁడవురా! పరాశరభట్టరును...నందుని బిలుచుకొని రమ్ము.

విశ్వ :—చిత్తము. [నిష్క్రమించును.

నట :—మనస్సు సరిగ లేదు. నందుశరీరస్పర్శము గల్గినప్పటినుండియుఁ నేదియో తాపము గల్గుచున్నది. మాలవాడకైనఁ బోయి వానిఁ జూడవలయునని యభిలాష జనించుచున్నది. ఈచిత్తచాంచల్యమునకుఁ గారణ మేమి? అంత్యజశరీరస్పర్శదోషమా

ప్రాయశ్చిత్తము చేసికొన్న నీదోషము తొలఁగునేమో? ఈసారి జీవ ప్రాయశ్చిత్తము చేసికొందునుగాక, నే నొనర్చిన సకలపాపములు నిర్ధూతము లగును.

ఈ యనలము నేనే తెచ్చుకొంటిని. కాదు, కాదు, విశ్వనాథుఁ డింటికి వచ్చినప్పటినుండి యీయావేదన ప్రారంభ మైనది. వీఁడు నాదుఃఖమునకే పుట్టిన ట్లున్నది.

[పరాశరభట్టరు ప్రవేశించును.]

పరా —నాయనా, నటరాజా,

నట —విూరా! అన్నా, రండు కూర్చుండుఁడు. ఏమి యీయకాలమున గృహమును పావనము చేసినారు?

పరా:—ఇదేమి? నీవే నన్ను రమ్మంటివని విశ్వనాథుఁడు వచ్చి చెప్పినాఁడే!

నట .—(స్వగ) అన్నా నా ఏమి? ఏమో! ఈ గందరగోళమున నేమి జరుగునో. ఈదిన మేమి కానున్నదో! (ప్రకా) అవు నన్నా. మఱచితిని.

పరా .—ఏమి నాయనా, యి ట్లున్నావు మొగమంతయుఁ దెల్లఁబాఱినది. మొన్నటి కీనాఁటి కింత భేద మేల కల్గినది? ఏమి కారణము?

నట —ఏ మున్నది.? మనవిశ్వనాథునివిషయమే.

పరా :—మొన్న జరిగిన దానికా? కుఱ్ఱవాఁడు, చదువుకొన్నాఁడుగా! లోకానుభవము కలుగవలయునుగదా.

కార్యంబు లేదింట; ను
న్నడచే నెట్టులో చూడఁగల్గితిని
నాగారావుఁబట్టిం; బ్రవీ
ణుఁడు శాస్త్రార్థములందుఁ; బెండ్లియన
వీనుల్ సోఁకరాదయ్యె నా
నుడు; లేమెంతును; శోభ లేని
గృహమందుఁ నేనిఁ కెట్లుండనా. 22

బలవంతము చేసిన మరల నేదేశ మేఁగునో?

పరా:—ఇదేమి నాయనా, కన్నీరు నించుచున్నావు. నీవంటివాఁ
ట్లధీరుఁ డగుట పాడియా? కుఱ్ఱవానికి నేను చెప్పి యొప్పి
తును లెమ్ము. మహాలక్ష్మీసమానురాలుగదా యమ్మాయి; ఆవె
యున్న వీఁ డీపాట్లు పడునా? కాల మిట్లు జరుగవలసియున్నది

నట:—(స్వగ) ఇదే మింతజేల నైతిని? (ప్రకా) ఎవరో వచ్చుచున్న
ట్లున్నది. మ ఎవరు? అన్నా, మనవాఁడును, ఆ మాలజో
నందుఁడును.

పరా:—వీరిద్ద ఱొకటైన ట్లున్నది.

నట:—నిన్న వీఁ డెవరో నియమించినట్లు పొలము గావఁబోయి తా
పిచ్చిలోఁ దాను మునిఁగి పైరును పక్షులకుఁ బెట్టఁగా వలసినంత
పూజ చేసితిని. మరల నెందులకు వచ్చుచున్నాఁడో! (స్వగ
వీనినిగూడ నేను పిలువనంపితినా యేమి?

[నంద విశ్వనాథులు ప్రవేశింతురు.]

విశ్వ:—నాయనగారూ, తాము చెప్పినట్లు నందుని దీసికొని వచ్చితిని

మంచివాఁడే. మననిర్భాగ్యమున కీబుద్ధి పుట్టియుండకపోయిన బాగుగా నుండెడిది. [విశ్వనాథునితో] నీవు లోనికిఁ బో.

[విశ్వనాథుఁడు నిష్క్రమించును.]

పరా:—[జనాం] ఎంత మంచివాఁ డైనను మాలవానిని వానియంతస్తున నుంచవలెనుగాని పై యంతస్తున కెక్కింపఁగూడునా. ఒకమాఱు సందిచ్చిన వీరు తలపై కెక్కి కూర్చుండరా!

నందు:—స్వామి యెందులకో నన్నుఁ బిలిపించినారఁట.

నట:—ఏమియు లేదు. నందా, నిన్న, చూడు, అనవసరముగ దెబ్బలు తిన్నావు గదా! మంచివాఁడ వని పేరుగన్న నీవే యిట్లు చేసిన నెట్లు? మీ నాయన యెంత యుత్తముఁడు! నాయొద్ద దాదాపు పదునైదేండ్లు పాలేరుగా నుండినాఁడు. ఒక్కనాఁడైన పల్లెత్తు మాట వాని ననియుంటినా? అట్టివాని కడుపునఁ బుట్టి వృథాగా నేను చేయి చేసికోవలసినట్టిస్థితిని నీవు కల్పింపవచ్చునా? పొలములో రేయింబవలు శ్రమపడుట, పైరును బత్తులకుఁ బెట్టుట కఁటరా!

నంద:—అంతయు స్వామి యనుగ్రహము.

నట:—స్వామి! గీమి! చూచినారా, అన్నా! ఎప్పుడిదే ప్రలాపము. ఆఁ యనిన స్వామి! ఊఁ యనిన స్వామి! ఎవఁడురా ఆస్వామి? దేవుఁడు, ఉన్నాఁడని భక్తితో నుండుట మంచిదే కాని యింత విపరీతము కూడునా? ఏమీ, నటరాజమూర్తియైన నేమి? (నందుఁడు నటరాజభట్టరువంక నే స్థిరదృష్టితోఁ జూచును.) త్రిపురాసురసంహారుఁడైన నేమి? కాలకూటవిషభోజనుఁడైన నేమి?

హాసాంచితకటాక్షము [illegible]

నీళోకితిలో ముద్ద వచ్చి పడునటులు చేయునా?

నందు:— స్వామీ, ఏమి చెప్పఁగలను. ఆయనకృప లేక జీవజాలముల కార్యముల నొక్కటియైన జరుగఁగలదా? లాభాపేక్షు యుండుఁ గాక, ఆదివ్యవిగ్రహుని యూరకయైనఁ గొలువవచ్చునే!

చదలివాఁకఁ దేలు చంద్రుఁడు సిగపూవు,
గౌరిబాహువల్లి కనకసరము,
పాదపద్మపీఠి భక్తశిరస్తతి,
అట్టిసామికును మనసు నాఁచికొనదె? 23

నట:— చూడుఁ డన్నా, ఇట్టి శుద్ధభక్తి వీని కెట్లు గల్గెనో? బ్రాహ్మణులయం దెక్కడను గనరాకున్న దే!

పరా:— పూర్వజన్మపుణ్యము.

నట:— శివాలయమునకు నిత్యము పోయి వచ్చుచున్నాము, మనకు లేదు. వీఁడా లింగమును జూచియైన నుండఁడు; వీనికె ట్లీభక్తి గలిగెనో యని యాశ్చర్యముగా నున్నది.

పరా:— ఎవరిపిచ్చి వారి కానందము గదా! పోనీ! ఆమాటల కేమి? ఆలయములకుఁ బోకుండినచే మా కింతభక్తి యున్న దే! పోయిన నింకెట్టిభక్తి కల్గునో యని వీరు మనయాలయముపై దండెత్తి కున్నారు. అదియే చాలును.

నట:— నందా, నీపిచ్చికి మే మేమి చేయుదుము? అట్లే యుండుము. మాపద్ధతిని మే ముందుము. కాని చేయఁబూనుకొన్న పని

నీవు కోరుకోరికలెల్లఁ దీర్చెదను.

నందు :—స్వామీ, ఒక్క మనవి.

నట :—ఏమి నందా.

నంద :—విన్నవించెదను.

కలఁడఁట సహ్యజాజల
విగాహనకౌతుకి చంద్రచూడుఁడే
మలినమనం బడంచి ఘన
మార్గముఁ జూపు చిదంబరమ్మునన్,
జెలియఁట యొక్కమా అతని చెల్వము
గన్గొన ముక్తికాంత, బా
ములఁ దలఁగంగఁ గోరెద.
ముముక్షుని దీను ననుగ్రహింపవే. 24

పురా :—అమ్మో! వీనికడుపులో పెద్ద కోరిక లున్న వే! చూచి వచ్చెద నన్నాఁడు, మేలే. ఏమి యహంకారమురా నీకు! నీమొగమునకు నటరాజమూర్తిదర్శనమా! ఆయాలయమునీడనైన నిన్నుఁ ద్రొక్కనిత్తురా? చిత్సభలోని దివ్యమూర్తి నీకు కనఁబడునా! ఆ దేవునిముం దున్న నందిదర్శనమైన నాఁడు మాత్రము లే.

నట :—[జనాం] అన్నా, మన కెందులకు? ప్రత్యక్షముగా మంచికోరికను నిరాకరించినట్లు లుండనేల? ఉపాయము చేసెదను చూడుఁడు. [ప్రకా] నందా, నీకోరిక ఉత్తమమే. కాని యిది కోఁతలకాలము గదా. దాదాపు ఇన్నూఱెకరములపై రున్నది. ఇప్పుడున్న కొలఁదిమందిలోనే దేవతలదర్శనముఁ కని యొక్క

నంద :—స్వామీ, ధన్యుఁడ నైతిని.

అగజఁ గూడి యాడు నభవుండు, సిరి గ
హరియు, వాణిఁ జేరు నబ్జభవుఁడు,
నెంతదనుక వారు సంతరింతురు జగ
మంతదనుక స్వామియశము నెగడు.

తండ్రీ, నటరాజస్వామీ, నీశిశువు నెట్లు
భారము. [

నట :—పాపము! మూఢభక్తి గలవాఁడు. నట
నింకొకటి లేదు. మంచిదే. మంచిదే. మఱి,
విశ్వనాథా? విశ్వనాథా, ఏఁడి? (లోనికేఁ
అన్నా, యింటిలో లేఁడే! ఎక్కడికిఁ బో

పరా :—(చూచి) వాఁడుగో శివాలయమువంకకుఁ

నట :—విశ్వనాథా, విశ్వనాథా,

పరా :—పిలు పందదు నాయనా, నేను ఇంకొకమా
నీ వేమియుఁ జింతిల్లకు. |

నట :—ఈ కాలపుబాలురవర్తనములు మాకుఁ
మున చిన్నతనమున దేవునిచింతన మెఱుఁ
వెఱ్ఱివేడబము లెఱుఁగమబ్బా! ఏమి రానున్నద

విష్కంభము

స్థలము : శివాలయపురోభాగమునఁ గోనేటిగట్టు.

[విశ్వనాథుఁడు ప్రవేశించును.]

విశ్వ — ఈనాఁడుకారణముగ నానంద ముప్పతిల్లుచున్నది. ధ్యానమగ్నునికి నాకుఁ గాలపరిమితియే తెలిసినది కాదు.

ఓహో ! భగవానుని సౌమ్యరూపప్రదర్శనము. ఏమి ఈయుదయదిందుశోభ !

యోగమునయందుఁ ద్రిగుణము లొప్పరు కరణి
నభ్రవీధిఁ దమశ్ఛవు లలరె; నంత
రజని యూఢ్చిన కరుడైన రజము నాఁగ
శశి వెలింగెను; వెన్నెల సత్త్వ మొనరె. 26

అభ్రగంగాలహరి నోలలాడు విధువు
పరమశివునిమౌళి ననార్తవంపుఁబువ్వ;
అతని కరచర్పఁ గరఁగుచు నలరు చుక్క
లైందవామలమణిభూష లంబసిగను. 27

ఇంటికిఁ బోయెదను గాక. నాయనగారు నందుని బిలిపించిరెందులకో ? మనసు మారి వారును నందపూజాసక్తులైన

అన్నపూర్ణాదేవి యమగుల కెఱఁగి
యుమనాథుఁ గొల్తు నే నుత్పలమాల;

భవనియోగానందభర్మశాలికల
భక్తిమై నూఁగుడు భావశూన్యతను,
భువి యేదో దివి యేదో బోధయే లేక
జ్యోతియం దాలీనశోభ నే నౌదు. 28

(పరిక్రమించి) ఎవ రది? కుట్టా, ఏమట్లు పరుగిడుచున్నావు?

కుట్ట:— [ప్రవేశించి] సామీ, దండాలు. పెద్దయ్యోరు పైరునంతా గోశేస్తే మాఁవ చిదంబరము పోవడాని కొప్పుకొన్నారంట. ఆమాట శెప్పి నందన్న మమ్మల్ని పైరుమీద కెగబడమనేసరికి, సామీ, ఏం శెప్పేది! ఏం జేశామో, ఏమయిందో తెలవదు. ఆనాడు తిరుపంగూరుకో నేటి నొక దినంలో దవ్వామే, ఆమాది రయింది. ఈ పాటికి కోత, కుప్పేయడం అయిపోయింది. అయ్యా వారిని తీసికో రమ్మన్నాడు మాఁవ. ఆయనకాడికి పోతుండా.

విశ్వ:— సరి; పో. [కుట్టన్న నిష్క్రమించును.]

పాదమ్మంతధరిత్రి గర్వితుల సేవన్,
వర్ణవిభ్రాంతులన్
వాదవ్యగ్రతఁగాక ప్రేమసుధసం
ప్లావంబునన్, దేర్పఁగా
నీ దీనుల్ తరియింపఁ, దోఁచెనో కటా
యీ యంత్యవర్ణమ్మునం
దా దేవుండు జనౌఘరక్షకుఁడు దా
నైశ్వర్యహీనంబుగాన్. 29

ఈయఘు మెట్లు పాయునో కో!

యి మ్మహితాత్ముఁడె యింటి బంటి? దే

మో యిటు వేషధారియయి

మోహము గొల్పఁగఁ జంద్రమౌళికిన్?

ఆయతమూఢభావముల

నర్మిలితోన హరించు నేర్పొకో!

ఎట్టులును,

ఈయనఘాత్మ పాదయుగ

మిచ్చుత మాకు మహోదయమ్ములన్. 30

తండ్రీ, నీలకంఠ, ఈ పాపమును గూడ విషమునుంబోలె నీకంఠ
మున నే నిల్పుకొమ్ము. తల్లీ, అన్నపూర్ణేశ్వరీ,

వరదానం బొనరించి నన్నిటకుఁ

బంపన్ నీవెకా హేతు; వి

ట్లరుదౌ నీదువరప్రదానమును.

నందాఖ్యన్ విరాజిల్లు త్వ

త్పరమాశ్చర్యవిభూతి పంచమ

కులంబం దప్రకాశంబు గా

నుఱవౌనా కో? కృపావిలాస మొకొ?

యొప్పో నీకు సర్వేశ్వరీ! 31

పోయి నందస్వామిని జూచెదనుగాక. [నిష్క్రమించును.]

షష్ఠాంకము

స్థలము:— పొలము

[గట్టుపైఁ గూర్చుండి, మాలలు పరివేష్టించి యుండ, నందుఁడు ప్రవేశించును.]

కుప్ప:— నందా యేమి నాయనా, యిట్లున్నావు ?

నంద:—

సర్వజగత్త్రిక్రియాభరణసంస్ఫూర్తిదక్షుని దాండవక్రియా
పర్వవిముగ్ధదేవమునిపాళిమనోహరనాట్యశీలునిన్
స్వర్వనజేక్షణాప్రణయ సంచలితాత్మవిమూఢ దేవరా
డ్గర్వవిఘాతుకున్, దలఁతు గౌరిమనోవిభుఁ జంద్రశే
ఖరున్, 32

కరు:— అన్నా, నందన్న కడ్డు పోవద్దు. మనకు అర్ధం గాం దేదో శెప్పా తుండాడు. నందన్న దేవుడు గాని మానిసి గాదు. ఎందుకో మనలో బుట్టాడు.

శంకోత్పాటితభావయుక్త మునిసంస ద్ధ్యాన సంలక్ష్యమున్,
పంకాపూర్ణరసాజనౌఘ సుఖసంపాదిప్రభాపుంజమున్,
ఓంకారాంగము, హృష్టశైలతనయా ప్రోత్తుంగ వక్షోజ భా
రాంకం బోముత శైవ దేహము మమున్ రాగాబ్ధినిర్మగ్నులన్.

నంద:—

యోగపథంబునం దనిలయోగము రూపము మాపునాఁడు, నా
వేగము వీడి కుండలిని వేయియరమ్ములచక్రమందు సం
యోగముఁ బొందునాఁడు, శుభయుక్తి; భవుం డురుకాంతిఁ
దోఁచు న
ట్లాగమనమ్ము గల్గు శివునాగమసూక్తులఁ బ్రస్తుతించుటన్. 34

సప్ప.— ఏడంబ్బా, నంజన్నముగం అట్లా వెలిగిపోతుండాది? ఏదో రాబోతుంది. లేకపోతే, మనము సరేగదా, నందన్న మాటలని దేవుడే యింటున్నాడా అనేటట్టు రివ్వుమంటూన్న గాలి సద్దణగిపోయింది. చెట్టు శేమ పూవ పచ్చులు గూడా సప్పుడు సేయటంలేదు. అంతా బొమ్మ గీచినట్టుగావుంది. మాటాడబోతే లోగొంతుకే గాని మాట పెగిల్తేనా?

ఇరులన్ —ఒరేయ్ కిరుప్పణ్ణా, చిన్నయ్యోరు గో!

[విశ్వనాథుఁడు ప్రవేశించును.]

విశ్వ:— (శిరమున నంజలి ఘటించి)

అంతరంగనిష్ఠ నూత్నోరుభాసమ్ము
చక్షువులకుఁ దెలిసె; శాంతమహము
నిత్యశుద్ధమైన నిర్మలతేజమ్ము
మోహనాశకమ్ము మ్రొక్కువాఁడ. 35

(నందునికి సాష్టాంగముగ మ్రొక్కును.)

_క్తి, భువిఁ గెరుత నీదుకీర్తిరమ • యంతేవాసివర్గమ్ములం
దు భవన్నేతృత భక్తిఁ బెంచి యనఘా, దోషాళిఁ బోఁ
ద్రోచు నో
జ భవుండుర్విఁ వికలంబు సేయుత భవత్సంసారబంధమ్ములన్. 36

విశ్వ:— ధన్యోస్మి. ఇన్నాళ్లీ విమలతేజఃస్ఫూర్తి నడంచితివేల నంద స్వామీ, మహానుభావా.

నందు.— వత్సా, విశ్వనాథ,

సర్వజనులు శివుని జంగమరూపంబు
లాత్మకాంతు లందు నలమియున్నఁ
గారణమ్ము లేక కనవు ప్రకాశమ్ము,
నుచితసమయమంద యుబుకు వెలికి. 37

నాతోడివారు ఈ విభుతను భీతిల్లుచున్నారు. ఇదె దీని నుపసంహరించితిని. (ప్రకృతిం బొరయును.)

విశ్వ.— (స్వగ) విశ్వరూపప్రదర్శనోపసంహారము లైనవి. తండ్రిగారిపు డిందున్న.. (నిట్టూర్పు విడుచును.)

నందు.— కుట్టన్న ఇంకను రాలేదా, ఇరులన్.

ఇరు:— వాడుగో పెద్దయ్యోరు పరుగెత్తుకొంటా వస్తున్నాడు.

[నటరాజభట్టరు ప్రవేశించి నందునిపాదములం బట్టుకొనును. కుట్టను ప్రవేశించును.]

నందు:— స్వామీ, లెండు, లెండు, అపచారము నా కొడిగట్ట నేల?

[illegible]

నిగా నెంచి యిట్టు లైతిని. అన్నా, నందా, అవివేకముచే నిటు లొనర్చితిఁ గాని వేఱు గాదు. నన్ను క్షమింపుము.

నందు:— స్వామీ, తెంపు, ఈ సంసారవిషయముల మునింగినవారికి సర్వము భ్రమయే కదా. అయినను తాము సేవకునెడల నే య[illegible] రాధ మొనర్చితి మనుచున్నారో అది నే నెఱింగినది కాదు.

నట:— తండ్రీ, ని విట్టి యుదారుఁడవు, నీవు సాక్షాత్తు శివుఁడవో, కుమారుఁడవో కావలయును. లేదేని, ఈ యమానుషకృత్యను లింకొకరి కొనర్పనగునా! ఇన్ని నెకరములకొఁత నొకదినమందు నలుసరు చేయుట! ఎన్నఁడైన వింటిమా!

నందు:— భగవానునిలీలలు గాని స్వామీ, నాడే మున్నది?

నట:— ఈ వినయము నీకు వన్నె వెట్టుచున్నది. నిన్నుఁ బొగడుటకు శక్తియైన నెంత కలదు? ఒకటి విన్నవించెదను. నన్ను నీ శిష్య తుల్యునిగఁ గైకొమ్ము.

నందు:— స్వామి ఆమాట ననరాదు. ఆనందమున మొదటివిషయమును మఱచినారు.

నట:— నందా, అది దెలిసియున్న ఈవేళ కేల వత్తును?

విశ్వ.— నాయనగారూ, చిదంబరయాత్ర కనుజ్ఞ నడుగుచున్నారు.

నట.— నందా, ఈ స్వల్పమునకు నీవు నన్ను యాచించుటయా? ఇఁక నేను నీ కొడయఁడం గాను, నీవు సేవకుఁడవు గావు. నేనె నీ సేవకుఁడను. నీ యిచ్చవచ్చిన ట్లొనర్పుము.

నందు.— స్వామీ, పంచముఁడను, గురుసేవ సేయని శాస్త్రపరిచయమే లేని నేను తమబోంట్లకే యుపదేశ మీయఁగలను? అయినను విజ్ఞులకు మీకు చర్వితచర్వణముగాఁ గొంచెము.

సకల మిలను శివుని చరరూపవిభవమ్ము,
భేదభావ మెంచ బిరుదు గాదు,
ప్రేమగల్గుచేతఁ బ్రియవాక్యములచేత
గారవించు టొప్పుఁ గలుషునైన. 38

ఉన్నదానఁ దృప్తి నొందిన విజ్ఞుఁడు
పొందు సుఖము, పొందు పుణ్యచయము,
భక్తిలేనివాని భగవానుఁడైనను
జ్ఞాన మిచ్చి ప్రోచు కరణి గలదె? 39

సెలవిండు.

కుప్ప:— నందన్నా, యీమైనే చిదంబరము బోతావా? ఇంటి కొచ్చి శిన్నమ్మని సూడవా?

నందు.— మామా! శివుని జూడఁబోవువానికి ఇల్లు, వాకిలి, భార్యయునా?

కుప్ప — అయితే నందా, మమ్మ ల్నొదిలేత్తా వంటరా? చూడు సామీ, మీ రేఁవన్నారో, నందన్న యిక్కణ్ణుంచే మాట గట్టా వుండాడు.

నట.— నందా, ఉన్నబంధముల హఠాత్తుగఁ ద్రెంపిన నెట్లు? క్రమముగ వీడఁదీసికొన్నఁగదా బంధపరికరములు చెడకుండుట?

నట:— సర్వము నెఱింగిన నీకు నేను చెప్ప నేమి? అయినను, ఏమియు నెఱుంగని యీ చిన్నదానిని నట్టేట వదలిపోవఁ దగునా?

నందు:— స్వామీ, అటు లనుకొనవలదు. నిష్కామచిత్తమున ముగ్ధ ప్రేమతో ఈ జీవుని గొలిచిన చిన్నది హానిం బొరయునా? ఇదె యీబాలకు నా యాశీర్వాదము.

లేశమేని లేదు లేమ కెట్టిదోసంగు;
బేల యెదను నింపె ప్రేమభరము.
చిన్నతనమునండె శివభక్తిఁ గొల్చెను,
కలయుఁ గాక నన్నుఁ గాలమునను. 40

నట:— కుప్పన్నా, నందుఁ డిఁక ఇంటికి రాఁడు. నీవే బిడ్డను చిదంబరమునకుఁ దీసికొని పొమ్ము.

కరు:— నందన్నా, మామాట యేంటే! మమ్మ ల్నెడకు బొమ్మంటావు (ఏడ్చును.)

నందు:— కరుప్పణ్ణా! దుఃఖ మేల? ఎప్పుడైనను పాయఁగలవారమే కదా? చెప్పవలసినదాని నీవఱకే చెప్పితిని. కడపటిమాట, మాంసభక్షణము సేయక మద్యపానము మానివైచి శుచిగ నుండి సత్యమునే వచించుచు దేవుని నమ్మియుండుఁడు. భగవాను ననుగ్రహము మీ కంతట లభించును.

ఇరు:— ఒరే కుట్టా, ముసలోళ్లి నిక్కణ్ణే ఉణ్ణేరా. మనంమాత్రం నందన్నతో బోవాలె.

నందు:— స్వామీ, కడపటి యాచన.

నంద:— చిన్నయ్యను నాతోఁ జిదంబరమునకుఁ దీసికొని పోయెదను.

నట:—నందన్నా, నీ కడ్డు చెప్పను. కాని చూడుము. ఈ తల నరసినది. ఇల్లాలును లేదు. మరల వాని నిల్లుఁజేర్చు భారము నీదే.

నందు.— (విశ్వనాథునివంక సాకూతముగఁ జూచి) ఆల్లే.

విశ్వ:— (స్వగ) గురుఁడేమో వేఱుమార్గము దలఁచుచున్నాఁడు.

నందు.— ఇఁక మాకు సెలవా?

నట.— క్షేమముగఁ బోయి రండు. నాయనా, ఒకమాఱు నీముఖపద్మమును జూడనిమ్ము.

(చూచి కౌఁగిలించి శిరము మూర్కొని యేడ్చును.)

[నందాదులు నిష్క్రమింతురు.]

నట:— ఇంత వెన్నెల క్షణమునఁ జీఁకటి యయిపోయినది. నందన్న ఇప్పటికి యథార్థరూపమున దొరకియు క్షణమున నష్టుఁడు కావలెనా? మఱచితిని. నందా, నందన్నా, నందన్నా.

[నందుఁడు ప్రవేశించును]

నట:— నందన్నా, నాయనా, మరల నిన్నుఁ జూడఁ గల్గుట యెన్నఁటికి?

నందు.— చిదంబరము పోయినవారికి మరలి రాకయుఁ గల్గునా? అయినను మనము చిరకాలమునకేని కలసికొందుము లెండు.

నట:— ఉండుము. స్వస్తి పఠించెదను (“శంనోమిత్ర” ఇత్యాది పఠించును.)

[నందుఁడు నిష్క్రమించును.]

జనించి పూజ్యమగు
భూసురవంశమునందు శాస్త్రముల్
పెద్దనై యఘము
కాక మఱేదియుఁ బ్రోది సేయలే;
వసించు మాల జగ
దీశుని సుస్థిరభక్తిఁ గొల్చి వే
చరించె మోక్షపుర
మార్గమరథ్య; ని దేమి చిత్రమో! 41
(నిష్క-౨.)

సప్తమాంకము

స్థలకము 1.— చిదంబర మార్గము.

[విశ్వనాథుఁడు, నందుఁడు, ఇరులను, కుట్టను ప్రవేశింతురు.]

విశ్వ:—స్వామీ, చూచితిరా? ఆదూరమునఁ గనవచ్చుచున్నది, అదియే నటరాజదేవకులగోపురము.

నందు:—స్వామీ, చిదంబరాధినాథా,

[illegible]ణా మ్నాసని గోపురమ్ము, జగదీశా, నీకు దివ్యాలయ
మ్మరయన్ దేహ మటంచు, గర్భగృహ మాస్యం బంచు
శాస్త్రమ్ము; గో
పురకుంభంబులు పోలవే నఖములం? బుణ్యామ్మునం జేసి దే
వర కాంచన్ వలనయ్యె వాని నయినన్ భక్తాళి కిన్నాళ్లకున్.

ఇన్ని దినములకు నీచరణాగ్రమును వీక్షింపఁగల్గితిని. ఇఁక నిన్ను వీక్షించు టెన్నఁడో?

కనక కనక నిన్నుఁ గాంతులఁగనిఁ గాంచ
కన్ను లోర్వ వేమొ కాంతుల కని,
చరణనఖము తేజు సౌమ్య మగుటఁ జేసి
దాన నార్తు నన్నుఁ దనువు దేమొ.

చంద్రశేఖరుని పట్టుచున్నావు. అమ్మా, నేను అఘముల

జన్మగోష మెట్టిజనుఁడు నీసలిలానఁ
దలఁగు నంట, పొందఁ దరమె నిన్ను
దోష? మేల? మునులు దూరీకృతాఘులై
వదల రైరి తటనివాస మంబ. 44

అమ్మా, సహ్యజాదేవీ, ఆనాఁడు కంసభీతిచేఁ గృష్ణరక్షణార్థము గోకులమున కేఁగుచున్న వసుదేవునికి యమున తానై ఇరువాయలై సాహాయ్య మొసంగెనఁట. నేనును భవభీతిచే నటరాజదర్శనార్థము చిదంబరమున కేఁగుచున్నాను. దీనుఁడను. కరుణించి నాకు దారి నీరాదా? ఏమి! అనుగ్రహసూచనయే లేదు కదా, మరి ఉన్నటు లుండి నదియందు వఱద వచ్చుచున్నది! (నిరాశతో) ఈ ప్రవాహమునఁ బడవయైన నాడగు. అమ్మా, నీకుఁ బుత్త్రుఁడను కానా నేను? నన్నుఁ గనికరింపవా అమ్మా! ఏమియుం జేయు దీమె. కఠినశిలాజాత · కారణగుణములు కార్యమున సంక్రమింపకుండునా? మహాదేవా, మందాకినీదర్పదళనం బొనర్చిన నీవె ఇంక దిక్కు.

విశ్వ — స్వామీ, అదె యొకపడవ దూరమునఁ గానవచ్చుచున్నది.

ఇరు— ఏ పక్కకి బోతుండావో?

కట్ట— ఈడకే వస్తున్నాది. ఏం గుండెదిట వబ్బా! ఈ వరదలో పడ వేశాడు.

విశ్వ— ఇదిగో వచ్చినది. (పరిక్రమింతురు.)

దాఁటింతువా?

పడ:— [స్వగ] అయ్యోర్యారు! [ప్రకా] ఈ ఒరదలో పోవడానికి ధైర్య ముండదా సామీ.

విశ్వ:— ఈభక్తుఁడు మాయొద్ద నుండఁగా భయ మేమి? మా కీయనయే తారకుఁడు.

పడ:— సిద్ధుడా? (చూచి) ఎవరబ్బా! ఇంతగా యెలిగిపోతుండాడు; ఎవరు సామీ యీయన?

విశ్వ:— ఈయన మాయూర నొకమాల.

పడ:— అయ్యోర్లు మాలోళ్లతో యెట్టా కూడాఉన్నారయ్యా? మీరు శెడిపోతే?

విశ్వ·— ఈయన యనుగ్రహము చాలదా యెట్టివారైనను పవిత్రు లౌటకు.

పడ:— మీరేం జెప్పినాకాని సామీ నిన్నోమారు, ఆయ నోమారు దాటేత్తాను.

విశ్వ:— అన్ని ప్రాణులయం దాత్మ యొక్కటియే కదా? మనుజునికి మనుజుని కింత భేద మెంచఁగూడునా?

పడ:— తెలనోళ్లకి మాకీ యేదాంతము యెందుకు సామీ? నామాట శెప్పాను. మాలోళ్లని అయ్యోర్లని కలిపే పాపం నాకొద్దు. ఎంత శెడిపోయినా మీరు బ్యామ్మలే.

నంద.— అట్లైతే కానిమ్ము.

పడ.— అళ్లు గూడ మాలోళ్లే!

విశ్వ.— అవును. స్వామీ, నిన్న వీడి నే నెట్లు పోవుదును?

పడ:—అయ్యోర్లను కైవడగతానా? మీరూ మంచోడంటున్నారు, నాబుద్ధి కట్టనే తోస్తావుంది, కాబట్టి ఆయన్నిగూడ కేవడగను. రాండి. (విశ్వ. పడవ. నిష్క్రమింతురు)

సంగు —అదిగో క్షణమున పడవ ఆవలిగట్టు చేరినది. మరలి మనవైపునకు వచ్చుచున్నది.

పడ.—(ప్రవేశించి) మీరంతా రాండి.

(అందఱు పడవ నెక్కుట నభినయింతురు)

స్థలకము 2:—చిదంబర దేవాలయగోపురపురోభాగము.

[నందాగలు ప్రవేశింతురు. చుట్టును జనులు మూఁగియుందురు].

సందు —

ఇదియే యంబరలింగనామకము
    మాహేశాద్యవాసమ్ము; ని
య్యది కైలాసనగాతిశాయిమహిమ
    మ్మార్తౌఘసేవ్యమ్ము నా
టఁదమిఁ బార్వతి నిత్యముఁ ధవుని
    నాట్యానఁ వినోదించు తా
వదె చిత్కాంతిఁ జిదాఖ్యక మ్మలఘు
    సభ్యావాప్తిఁ బొల్పారెడిఁ. 45

శంకరా, శివంకరా,

అదనూర్వాసిని, మాలఁ, దెచ్చితి. వహో
    యర్థమ్ము లందిత్తువో,

పదివేలార్తులలోన నొక్కరుఁడ, నీ
భారమ్ము, వేతేమి నా,
కదనయ్యేగ ; ననుఁ బ్రోవ రాఁగదవె నీ
హారాద్రిజావల్లభా. 46

ఒకఁడు :—(ప్రవేశించి) ఎవరురా ఈయన ? చూచుటకు మాలవలె నున్నాఁడు. నోట సంస్కృతవాక్కు వచ్చుచున్నది.

ఇంకొకఁడు :—(ప్రవేశించి) ఎవరయ్యా, ఎంత కర్ణామృతముగా పాడుచున్నాఁడు !

మఱియొకఁడు :—(వెనుదిరిగి చూచి) నివఁటోయి శివరామదీక్షితుఁడూ; ఈ కాలములో మాలజోగులుకూడ కననగుచున్నారే !

శివ :—సుబ్రహ్మణ్యా ! ఆయన యెవఁడు ? బ్రాహ్మణుఁడు ! మాలవాని వెంటఁ దిరుగుచున్నాఁడే !

సుబ్ర :—ఔను. అతఁ డాదనూరిమాలయఁట. మహాభక్తుఁడఁట. ఈయన విశ్వనాథ పండితరాజు. మొన్న కంచిలో డిండిమవాచస్పతి నోడఁగొట్టినాఁడని వింటివే—

శివ :—ఆయనయా ?

సుబ్ర.—ఆయనయే ! ఈమాలవానికి శిష్యుఁ డఁట.

శివ :—ఇదేమి సుబ్బన్నా, ఇంత చదివినవాని కీపాటు ?

నందు —శివహో జనులారా,

రారె నటరాజుఁ జూడరే, గాజమాళిఁ
గానరే, చిదాఖ్య వెలయు కనకసభను

ప్రదక్షిణముచేసి వత్తము రండు. (నందాదులు జనము నిష్క్రమింతురు.)

సుబ్ర·—ఏడిచినాఁడు, తనగతి తాను జూచుకోక.

శివ:—కాదు సుబ్బన్నా, మాహాత్మ్య మున్నటులే యున్నది. చూడు! ముఖమున దివ్యతేజస్సు కనఁబడలేదా?

సుబ్ర·—నీకంటిలోనికిఁ జొచ్చికొనిపోయినదా, ఆవెలుఁగు?

శివ —నీ కొంటెమాటలు మానవుగదా! వారుగో, అప్పయ్యదీక్షితులవారు వచ్చుచున్నారు. వారి కీసమాచారము నివేదింతము.

[అప్పయ్య దీక్షితుఁడు ప్రవేశించును.]

ఇరువురు·—స్వామీ, నమస్కారము.

అప్ప —చిరంజీవ. సుబ్రహ్మణ్యా, ఎవఁడు నాయనా, మాలవాఁడఁట, ఊరిలో శివభజనఁ జేయుచుఁ దిరుగుచున్నాఁడఁట, కోవెల గోపురముచెంతనే ఇంతసేపు ఉన్నాఁడఁట. మాలవాని నూరిలోఁ దిరుగనిచ్చినారేమి?

సుబ్ర —ఆదనూరువాఁడఁట. ఆయనతో శిష్యుఁడుగ చరించుచున్నాఁడు విశ్వనాథపండితరాజు. అందువలన ఎవరును ఏమనుటకును సాహసింపలేదు.

అప్ప.—ఎవరు! కంచిలో డిండిమ..

సుబ్ర —ఆయనయే.

అప్ప:—అంతచదివినవానికి ఇదేమి?

శివ·—మాలవాఁడైనను మహానుభావుని లాగున్నాఁడు.

చేయవలసియుండునేమో! సుబ్రహ్మణ్యా, నీలకంఠ యొద్దకు పోయి కనుంగొనుము.

[మురుగప్పమొదలి ప్రవేశించును.]

ఏమోయి, మురుగప్పమొదలి, మాలవారిని కోవెల రానిచ్చినావఁట!

మురు.—ఏమి చేయుదును స్వామీ, వారు దేవతలవలె నున్నా లోకమువారుగా నుండలేదు. ఆయనను జూచి ఆయన పాటలు విన్న నాకును ఆయనతోఁ జేరి భజన సేయవ యనిపించుచున్నది.

అప్ప:—చాల బాగుగ నున్నది! దేవాలయమునకు మైల సోఁ

మురు:—అట్టివారు కోవెలదగ్గఱకుఁ గాదు, లోపలికి వచ్చి సోఁకదేమో!

[తెరలో నందాదుల భజన.]

వారుగో స్వామీ, వచ్చుచున్నారు.

[నందాదులు ప్రవేశింతురు.]

నందు:—

క్షణము తోఁచి, యంత క్షణమున మఱుఁగౌట
పోసఁగ దింక, నీదు పూర్తిఁ దెలుపు,
మొనయు లేని శోభ నెదురుగా వత్తువో,
దీను లోనఁ గొందొ దీనరక్ష.

పుడమి నృపుల నీతి - ప్రాప దప్పు
శ్రీయుతులకె, దోఁపు సిరిలేనివారికె
యనుట నిక్క మానొ, యరయువాఁడ. 49

విశ్వ:— స్వామీ, వెలుపల నే యుండ నేల? లోనికిఁ బోవుదము రండు.

అప్ప:—[స్వగ] శ్రుతి మించి రాగమునఁ బడుచున్నదే (ప్రకా) అయ్యా, కొంచెము నిలువుఁడు. నే నీ యాలయమునకు ధర్మకర్తలైన దీక్షితులకు సభాపతిని. నన్ను అప్పయ్య యందురు. వారెవరు?

విశ్వ—అయ్యా, వారు నందనారు. మహాభక్తులు. కారణజన్ములు.

అప్ప.—వారు మాలవారని విన్నాను. నిజమేనా?

విశ్వ.—నిజమే.

అప్ప:— ఇదేమి, తా మిట్లు మాలవారిని కోవెలలోనికి రమ్మనుచున్నారె!

విశ్వ:— అయ్యా, భక్తులు భగవానుని సేవింపఁబూనుటయందు దోష మేమున్నది?

అప్ప —తా మట్లు సెలవీయఁదగునా? మాలవారి నూరిలోనికే రానీయఁ గూడదు. మఱి తేమ రున్నారని ఎవరును బదులు పలుకలేదు. ఇంతచిన్నవయసున నన్నిశాస్త్రములు చదివి పండితరాజబిరుదమును దాల్చిన తా మీ శాస్త్రవిరుద్ధకార్యము సేయనగునా?

విశ్వ:— అయ్యా, శాస్త్రములు సామాన్యులకుఁ గాని ఇట్టి లోకాతీతులకుఁ గాదు. వీరికి వానితోఁ బని యేమి?

అప్ప:— వీరు లోకాతీతు లనఁ బ్రమాణము?

యమహామునఁ గొలఁదులా నాప్తులతఁడేఁ
గోవెలనందియే గునగునఁ దోలఁగెఁ
బరమాత్మ దృష్టిపోబడి కష్టులేక,
స్పర్శమాత్రముచేతఁ బరమపాపులకు
శుభమార్గగాములశోభను గూర్చె,
ఎకరంబు లిన్నూట నిరవొందు పైరు
నలువురితో నొక్కనాఁటన గోసె. 50

అప్ప:— తమరు మాచినవి మాకెల్లు ప్రమాణము స్వామీ?

విశ్వ.— నా మాటయందు తమకు నమ్మకము గలుగదా? ఇంతకుముందు న న్నెంతయో పొగడితిరే. గురువిషయమున నబద్ధ మాడుదునా?

అప్ప.— చండాలుఁడా తముబోంట్లకు గురువు?

విశ్వ:—

బ్రహ్మైవాహ, మిదం జగచ్చ సకలం చిన్మాత్ర విస్తారితం,
సర్వం చేద మవిద్యయా త్రిగుణయా సేశం మయా కల్పితమ్,
ఇత్థం యస్య దృఢా మతిః సుఖతరే నిత్యే పరే నిర్మలే
చండాలోస్తు, స తు ద్విజోస్తు, గురు రి త్యేషా మనీషా మమ.

అప్ప.— ఎట్టిపండితులైనను సర్వజ్ఞుఁడు సాక్షాత్తు శంకరావతార మగు శంకరునితోఁ దమకు సామ్యమా? ఆ వాక్యము తమరు నుడివినను సహించుట కష్టము.

విశ్వ:— నాకు సామ్యమని కాదు. నేను పరమాణువను. అయినను,
కిం గఙ్గాంబుని బింబి తేంబరమణౌ చండాలవాపీపయః

విప్రోయం, శ్వపచోయ, మిత్యపి మహాన్ కోయం విభేదభ్రమః?
అని శంకరుఁడే అన్నాఁడుగదా!

అప్ప:— అయ్యా, శాస్త్రవాదమున కిది సమయము గాదు, సభయును గాదు. తమరు యుక్తివాదమున నొకవేళ మముబోంట్లను జయించినను అంతమాత్రమున నాగమశిష్టాచారమును, అనుగతసంప్రదాయమును మే ముల్లంఘింపము. తమరు దయచేసి యన్యాయపుఁ బలుకులు మా చెవిని వేయకుఁడు. దుష్కృత్యములకుఁ జొరకుఁడు.

విశ్వ.— అయ్యా,

మముఁ గృపఁ జూడుఁడీ యన,
నమానుషశాస్త్రము నడ్డుఁజొన్పి, యా
విమలపుధర్మముం దెలియ
విందుల మార్గమునైన నాడనీ
క, మిగుల దుష్కృతాచరణ
కాములు మీర లటంచు నింద సే
యు మనుజు నెట్లు దెల్పనగునో
సుధి, చెప్పుమ నిన్ను వేఁడెదన్. 51

నందు:— నన్నుఁగూర్చి ఇంతశ్రమ యేల?

కలుగు కార్యమ్మె యైన నీ కలఁత లేల?
కలుగ దేనియు వ్యర్థమ్మ కావె యెట్టు
లీ కృథాజల్పనమ్ములు; నిందుమాలి
భారవాహుని జేయ శుభమ్ము గలుగు. 52

[తెరలో "హర హర మహాదేవ, శంభో, ప్రసీద ప్రసీద" యని ధ్వని.
నీలకంఠ దీక్షితుఁడు శీఘ్రగమనమునఁ బ్రవేశించును.]

నీల:— స్వామీ, అప్పయ్యదీక్షితులవారూ. రాతినంది యూఁగులాడుచున్నది, ఏమి చేయవలయునో! ఇదేమి విలయకాలమో!

నందు:— స్వామీ, స్వామీ, రాతినందియా?

పుడమి నర్తింపఁ దోఁపఁడే పునుకతాల్పు,
ధవుని ననుసరించియ వచ్చె ధరణిధరుని
తనయ, వారివెన్కను రాక ధర్మముగద
నంది, కాయుత్తముఁడు రాతినంది యెట్లు? 53

అప్ప:— [స్వగ] ఏమి, నిజముగ నితఁడు మహాభక్తుఁడేనా? శివప్రసాదము వీనికిఁ గలదా?

నీల:— ఏమి, ఊరకున్నారు? ఏదైన నొకటి చేయవలెను. సెలవిండు.

అప్ప:— ఇది విపరీతమే! నే నచటికి వచ్చినచో ఈ మహానుభావులకు బదులు చెప్పువా రెవరు? అయ్యా, విశ్వనాథులవారూ, తమ చేఁతకు స్వామి కాగ్రహము వచ్చినది. నంది యూఁగుచున్నది. చూచితిరా. ఇఁకనైన మీ పాపవ్యవసాయమును మానుఁడు.

విశ్వ:— ఏమి ఈ యర్థనిష్పత్తి! శివానుగ్రహజనితాద్భుతమును శివాగ్రహజనిత మని సమర్థింతు రేల?

అప్ప:— అయ్యా, తాము పండితులు గదా యని యింతవఱకు ఊరకుంటిని. ఇఁక సహింపను. కడపటిపర్యాయ మడుగుచున్నాను. ఈ మాలవ్వానిని దూరము కొనిపోయెదరా లేదా?

లేదు ; శుభుండు , బ్రహ్మసూ
త్రాలు పఠించునర్థము ముదమ్మొగ
మూర్తి ధరించె నిట్టు, లా
బాల సుధాంశుశేఖరుని బంధుర
తేజము గాని వేఱె ? పా
పాల దహించువారయిన భక్తి
భజింపుఁడు వీనిపాదముల్. 54

అప్ప:— ఇఁక నోర్వను. మురుగప్ప మొదలి, ఆ మాలవానిని వానిబృందమును దూరముగఁ బోలుము. ఈయన వారితోనే పోవును లే.

నంద:—

ఆదనూరునుండి యద నని రప్పించి
విభుఁడు నన్ను నేల వీడు నయ్యా?
ఇంతవఱకుఁ దెచ్చి యేమని త్రోయును,
దాసుఁ బ్రోవ కిపుడు తలఁగు నెట్లు? 55

విశ్వ:— మహానుభావా, రప్పించినవాఁడు లోనికిని దీసికొనిపోవు ననుటకు సందియములేదు. కాని మాయగ్రవర్ణమువారి కింతయహంకారము తగునా యని యాలోచించుచున్నాను. వీరిచేఁతకుఁ గోపమును గల్గుచున్నది.

నంద:— కోప మేల ? నిర్బంధ మేల ? క్షమచేతనే వారిహృదయములు కరఁగుఁగాక. మే మర్హులమైన వారను మేము కోవెలలోనికి వచ్చుట కనుమతింపరా ?

భవుఁడే మాపాపమ్ముల
కవధి విధియించునపుడె యందుం బోమే? 56

విశ్వ:— శివతుల్యులకు తమ క్షీక్షమ వింతగాదు. కాని మానుషభావమున నున్న మా కీయోర్పు గల్గునా? వీరికి

క్రాఁచుట యొక్కటే తెలియు
కార్యము; వేదమునేర్పు వ్యర్థమా,
సైఁచుట మేలె, భూసురుల
శర్మపుఁ గర్మము లేని వీరలన్?
ఈ చన విట్టు లంచు విధు
లేర్పఱుపన్ బరిషత్తు లేమిఁ గా
దే, చిరవాసనాకలన
ద్వేషవిమూఢులు గారె వీరలున్. 57

అప్ప:— తనుపై మా కించుకయు ద్వేషము లేదు. ద్వేషముచేతఁ గాదు, మిమ్ము లోపలికి రావల దనుట. మీజోలికి మేము రాఁదలంపలేదు. మాజోలికి వచ్చి మా యాచారముల ధ్వంస మొనర్పఁజూచుట మీకుఁ దగదు. మాపై మీకు దురాగ్రహము వలదు. మీరు గొప్పవారైనను మీకొఱకు మా సనాతన సంప్రదాయాచారములఁ బోఁగొట్టుకొందుమా?

నీల — అంత యనుగ్రహము స్వామికి మీపై నున్న, ఆయనయే మిమ్ము లోనికిఁ దీసికొనిపోవును లెండు. ఆయననే శరణు వేఁడి ధన్యులు గండు.

రుఁడు లోనికివచ్చుట కనుమతించుదాఁక మీచరణాంతికమున నిరాహారినై తప మొనర్చుచుందును.

గురుఁడు లోని కేఁగి కొమ రొప్పఁగా మిమ్ముఁ
గొల్చు చుండె, నాకు గురునికొఱకు
మృతియ యొండె, కాన మీనమేషమ్ముల
నెంచఁబోకు మింక నిందుమౌళి. 58

వేగమ రమ్ము, విశ్వమును
భేదవుభావము లేర్చు నిట్టి; లీ
యాగడమున్ దమించి ధర
నారసి ప్రోచెడువార లెవ్వరే?
ఆగమపంక్తియర్థము
లయమ్మును బొందెడి బోధ లేమి. నా
వేగము నొంది మానసము
ప్రీలెడిఁ; దేర్పఁగ రావె, ప్రోవవే. 59

తండ్రి మమ్ముఁ బ్రోవఁ దమకించునో లేదొ
కరుణఁ, గన్నతల్లి, కలవిధమ్ము
తెలియఁజెప్పి జనుల దీనులఁ బ్రోవుము
జననికరుణ లేక జనము మనునె. 60

దు:— ఈ నిర్బంధ మేల? నిర్బంధమునఁ బ్రేమ జనించునా? ఒక వేళ మీ ప్రాణమునకు భయపడి మ మ్మాలయములోనికి రానిచ్చి నను ప్రేమలేక శుభపర్యవసానము గల్గునా?

నిమము మేలో, కడో,
వరణీయము స్వైరపథమ్మొకంటె. ను
ద్దామవిధమ్మునన్ మన
మదాటున నూడ్చఁగనౌనె బంధన?
మ్మే మొనరించునో తలఁచితే
జన మొక్కట మేరమీఱెనన్. 61

విశ్వ:— స్వామీ, నన్ను క్షమింపుఁడు. ప్రతిజ్ఞఁ బూనితిని. తమకు శివ ప్రసాదమొండె, నాకు మృతియొండె, కలుగుఁగాక. కావేరినీట స్నానమాడి వచ్చి ప్రాయోపవిష్టుఁడ నయ్యెదను. సెలవు.

[నిష్క్రమించును].

వంగు.— స్వామి యే యుపహారమును గోరుచున్నాఁడో యెవ రెఱుంగుదురు ? నాకో

ఘనమహా జ్యోతులవెల్గువెల్లువల
నాఁక ల్వాయు ? దీప్రమ్ముగాఁ,
గనులన్ గట్టెడి నాథమూర్తి శివ
యంకాసీనయై యుండఁగా,
మనమున్ బోయెడి ప్రేమవిస్మృతిని ;
నేమార్గమ్ము లోఁ జూతునో,
వనటల్ మే లెటులౌను ; తెల్పు
పొసఁగున్ వాదమ్ము భావోన్నతిన్. 62

[నిష్క్రమించును].

నీల.— లోన నందినిలననును నిలిచినది. స్వామికే మాలవానిరాక యిష్టము కాదు.

అప్ప:— ఈ బ్రాహ్మణుఁడు తిండిలేక చచ్చెద ననుచున్నాఁడే! ఏమిచేయ వలయును ?

నీల:— భ్రష్టుఁడైనప్పు డెవఁడైన నేమి? పండితుఁడైన నేమి, ఈశ్రద్ధ నితరకార్యములందుఁ జూపరాదా ? దుష్టకార్యమందున్న తత్పరత మంచికార్యమున నుండదు కొంబోలు.

అప్ప:— తండ్రీ, నటరాజస్వామీ, ఈ బ్రహ్మహత్యాపాతకము మామెడ కంటఁగట్టక నీవే యేదైన మార్గముఁ జూపుము. 'త్వమేవ శరణం మమ' నీలకంఠా, స్వామిదర్శనము చేసికొందము, రమ్ము. మఱచితిని. మాల లింతవఱకు వచ్చినందులకు సంప్రోక్షణ జరుగవలెను గదా?

నీల:— కదా మఱి? జరుగకపోయిన నెట్లు? రండు, ఆకార్యమును నిర్వర్తింతము.

[అందఱు నిష్క్రమింతురు.]

—

ప్రవేశకము

స్థలము : కావేరితీరము

[చిన్నమ్మ, కుప్పన్న ప్రవేశింతురు.]

చిన్న:— ఎందుకొచ్చిందన్నా, యిది? మన మెందుకే బాపనోళ్లం గావటం?

కుప్ప:— మనకేం దెలుసు శిన్నీ? మొదల నంవన్న ఈవూరొత్తా నన్నప్పుడు మనమంతా ఒద్దన్నవోళ్లమే గదా! మొదట ఇదంతా వోడిపిచ్చి అనేకదా వుండింది! శిన్నయ్యోరు శెప్పినప్పుడే గదా, మన కీడు సాలా గొప్పోడని తెల్చింది. మనవోడు గొప్పైతే మనఁవంతా గొప్పేకదే శిన్నీ?

చిన్న:— ఏం గొప్పో, మన కట్లన్నీ ఒదులుకోని, ఎవరిమాదిరైనావుంటే ఆళ్లంతా మనల్ని గొప్పోళ్లంటారు. ఆళ్లకి మనమీద దయా, దాచ్చిన్నెమా?

కుప్ప:— మనమంటే దూరంపోయే అయ్యోర్లులు మనోణ్ణి పూజశేయటం నీకిట్టంలే?

చిన్న:— ఇట్టమే అనుకో. అయితేమాత్రం బ్యాప్మ డెట్లవుతా డన్నా, మాఁవ?

మీద ఆళ్లంతా సబచెస నంవన్న నిప్పుగుండాంలో దూకి ఒత్తే అల్లే బామ్మడవుతాడని, అవుతల తమలో గలుపుకోఒచ్చునని అనుకున్నాగంట.

చిన్న — గుండంలో దూకితే మాసులు కాలిపోరంటే అన్నా.

కుప్ప — యెఱ్ఱిపిల్లా, మనం సూట్టంలే గుండాంలో దూకి బయటకి రావటం. బత్తివుంటే సరి.

చిన్న·— మాఁవ బ్యామ్మడయినాక మనతోగూడ వుంటాడంటే?

కుప్ప — ఉండకేం! ఆడు బ్యామ్మడయితే మనంమాత్రం బాపనోళ్లం గావూఁ? అట్లా ఓసారి కాకపోయినా మాలల్లో అంతా గొప్పగందా?

చిన్న:— బామ్మడు గావడమేంటి! నాకేమో దిగులుగా వుందబ్బా. అన్నా, మాఁవని సూత్తామో లేదో? ఇప్పుడు కళ్ల నూడనైనా సూత్తావున్నాను. అవతల యేమవుతుందో?

కుప్ప — నీ కియ్యంతా తెలియవు లే.

చిన్న — నాకేం తెలియబల్లే. అన్నోవు, నీవు పోయి ముందట మాఁవ బామ్మడయినాక మనతోగూడ వుండేటట్టు ఆబాపనోళ్లతో ఒప్పందం శేశికోరా. ఎందుకొచ్చిందిరా యీశ్వరా! కళ్ల సూసే బాగ్గానికే నీకళ్లు కాలిపోయినాయా యీస్సరుడా!

కుప్ప — ఛీ, ఛీ, అసుబం బలకొశ్కి. నంవన్న అటువంటివోడా? అదీ సూడు. నంపన్న, బ్యామ్మలు, శిన్నదెవ్వారు అందరూ యేటికాడ తానం శేసుడాని కొత్తుండారు. మనం మనరేవులో తానం శేశి గుండాంకాడికే బోతాంరా. [నిష్క్రమింతురు.]

N—7

౮

స్థలకము 1:—నదీతీరము.

[స్నానము సేయుచు నందుఁడు, విశ్వనాథుఁడు ప్రవేశింతురు.]

నంద:— [స్వగ] స్వామీ, నీ దివ్యసుందరరూపమును జూచుట కన్ని స్నానము వలయునా? ఈదేహమాలిన్యము ఇట్టి పరీక్షలచేఁ బోవునా? జను లెంత వెఱ్ఱివారు! కాని స్వామీ, నీవే వారికిఁ గలయం దాజ్ఞాపించితివఁట. నీ సంకల్పమునకు విరుద్ధముగ నేనేల పోవలయును?

నాకుఁ జెప్పలేదు, నాకేల యని పల్క
నిజము పల్కువారు, నీతియుతులు,
"శంభుఁ డర్థిఁ జెప్పె శర్మమ్ము నీ" కని,
యాజ్ఞ నొసఁగఁ, జేయ ననుట యెట్లు? 63

నీనేత్రాగ్నిచేఁ గాముని దహించినను మరల నీవే అతనికి జీవ మిచ్చితివఁట, కాని

సంఖ్యయే లేని యాశలతాప మార్పి,
తప మొనర్పనియట్టి తరుణుని నన్నుఁ
గడతేర్చు బుద్ధిచే ఘనభక్తి నిచ్చి
నీపాదమూలాన నియతుని జేసి

భవసాగరమ్మునఁ బడఁ ద్రోయ కయ్యా,
బాధల కంతు కన్పడఁజేయ వయ్యా. 64

ఈ దినమే నాకు ముక్తి లభించునటుల స్ఫురించుచున్నది. ఈ కోశము లూడిపోవుచున్నటులు దోఁచుచున్నది. ఈ శరీరము తనంతట తిరుగుచున్నట్టు లున్నదిగాని నాసంకల్పానుసారము ప్రవర్తించు చున్నటుల లేదు.

విశ్వ — మహానుభావా, స్నానముచేయక ఏమి ఆలోచించుచున్నారు?

నంద — ఈ దినము నాకు మహాదేవుని ప్రత్యక్షదర్శనము. ఇఁక నీ యైహికకృత్యములఁ జూరనొల్లను. వత్సా, నీకు చరమోపదేశ మిచ్చెదను. శివుని జూచిన తర్వాత నేరీతి నుందునో।

కర్తవ్యార్థపరాయణుండు సుఖియౌఁ,
గామ్యంబు ధర్మ్యంబుగా
స్మర్తవ్యంపుఁబధాలఁ జొచ్చి, నియతా
శాపూర్తులన్ బొందుచున్
వర్తింపందగు నిష్ఠతోడఁ; దనుసం
బంధమ్ము లెల్లప్పుడున్
హర్తల్; విస్మృతిఁ బూన్చు, నీశు విడకే
యానందమున్ బొందుమా. 65

భగవదాజ్ఞచే భగవత్ప్రీత్యర్థము గాక యేకార్యమునైన స్వేచ్ఛమై స్వలాభార్థము చేయఁబూనుటచే నహంకారము గల్గినచో స్వామిరూపము నే మఱతుము.

ను హతాశుల్ గనలేరు నాదు నదియుఀ
దోషప్రకారంబె కాఀ,
'అహమఀ' భావము ద్రోయుచోఀ సుఖము. 'నా'
యఀ దృష్టియే మూల మీ
యిహపర్యాప్తికిఀ; గాన నా 'యహమిక'
న్నీశుఀ సమర్పింపుమా. 66

[తెరలో "హర హర మహాదేవ. శివరామా, వారు సిద్ధముగ నున్నారేమో కనుంగొనుము."]

విశ్వ:— బ్రాహ్మణులు కాచుకొనియున్నారు. ఈ యుగమున వనను భూతమహాద్భుతమీనాఁడు జగజ్జనంబులప్రోల నర్తితమౌఁగాక.

నందు:— అద్భుత మేమి? తనయునికిఁ దండ్రిసన్నిధానము కల్గుటయద్భుతమా?

[బ్రాహ్మణులు వేదఘోషము సేయుచుఁ బ్రవేశింతురు.]

విశ్వ.— స్వామి సిద్ధముగ నున్నారు. బ్రాహ్మణోత్తములారా, రండు.
[అందఱు పరిక్రమింతురు.]

స్థలకము 2 :— దేవాలయద్వారము.

విశ్వ:— ఇదె పరీక్షాస్థలమును జేరితిమి.

నందు:— స్వామీ, నీ కుమారుఁ డోడిన నీకే యపకీర్తి. బ్రాహ్మణోత్తములారా, నేను నటరాజదేవుని యాజ్ఞానిర్వహణార్థము సిద్ధముగ నున్నాను.

చారమాత్రమైనను సాధ్యమా? ఏల యీ ప్రయాస?

స్ఫటికనిర్మ్మలునకు స్నానంబు లేలొకో?
యజ్ఞదూరున కేల యజ్ఞసూత్ర?
మజినాంబరునకుఁ జీనాంబర మ్మేలొకో?
గంగాప్రియున కేల కంజమధువు?
చిద్రూపభాసికి శ్రీగంధ మేలొకో?
ఇందుమౌళికి నేల యిన్నిపూలు?
తేజస్స్వరూపికి దీపమ్ము లేలొకో?
దురితహరున కేల ధూపచయము?

రమ్యజీవనతతియె నీరాజనమ్ము.
విమలజీవమె వేఱునై వేద్య మేల?
హైమవతి సాక్షిఁ గొల్చిన యంగజారి
సొగసు సేయుట వెఱ్ఱికా సూరులార. . 67

అప్ప:— అలంకారమును అయినది.

నందు.— స్వామీ, అనుజ్ఞ నిత్తురా. జనములారా, సెలవు. తండ్రి సన్నిధి కేఁగుచున్నాఁడను.

“జననీ మేదిని, తాత మారుత,
వయస్యా వహ్ని, చుట్టంబ జీ
వనమా, సోదర తారకాపథమ,
భవ్యప్రేమ సంధిల్ల మీ

జనితజ్ఞాన నిరస్తమోహతతినై,
సద్బ్రహ్మముం బొందెదన్." (భర్తృహరి)

తండ్రీ నటరాజమూర్తీ,

నాలు నియతిఁ ద్రోచు కలమనోహరగీతి
కా లయానునృత్యకారిపాద
కంజ రేఖ నాదుకలుషమ్ము లడఁచి నీ
యంకసీమఁ జేర్చి హరుస మొసఁగు. 68

[నిష్క్రమించుచు.]

అప్ప.— నీలకంఠా చూడుము, చూడుము. నందునిదేహము క్షణములో నలుపయినది. క్షణమున హిమస్వచ్ఛ మయినది. క్షణమున పాండురవర్ణయుక్త మైనది.

విశ్వ:— (ఆనందబాష్పములతో) తండ్రీ, నటరాజమూర్తీ,

అప్ప:— గుండమునుండి నందనారు వెలికి వచ్చుచున్నారు. పోయి తోడ్కొనివత్తము రండు. [పరిక్రమింతురు.]

స్థలకము 2;—కనకసభ

[బ్రాహ్మణులు నందుని తమమధ్యమున నిడికొని ప్రవేశింతురు.]

విశ్వ:— నందనారు స్వామీ, ఇదె సన్నిధికి వచ్చితిమి. అదె నటరాజమూర్తి.

నందు:—

చిరకాల సంతప్త జీవంబు చివురిల్ల
నామని యరుదెంచు నంక మిదిగో,

అశ్రుధారాఝరీశీకరాచ్ఛచిత్తాదర్శ
ఫలకబింబితనిజప్రభలు నివిగో,
వరశీతకరపరిష్వంగసుఖావాప్తి
నణఁగి మణఁగు ముగ్ధయంద మిదిగో,
చిరము న న్నలయించిన చెలువుఁ డిపుడు
తేరి నను జూచి మెలఁకొని దేహానిష్ఠ
దివ్యతేజముఁ గబళించు తీరు నిదిగో
నాథనిష్ఠాప్త జీవాత్మ నన్నుఁ గనుఁడు. 69

(నటరాజవిగ్రహముపై నొరగును.)

విశ్వ — బ్రాహ్మణోత్తములారా, కుమారుఁడు తండ్రియంకమున నాసీనుఁడై యున్న యీక్షణమున జయనాదములఁ జేయుఁడు.

శివ:—

జయము జయము నీకుఁ జండాలకులమునఁ
బొడమి వహ్నిఁ దీరి పూజ్యుఁ డైతి.
జయము జయము నీకు శరవణభవు నట్లు
శివునియంకతలిని జేరి తనకు. 70

సుబ్ర:—

అగ్రవర్ణదృష్టి నార్తి నొందెడి జాతి
నూరువెలిని నవఘు యుద్భవించి
పరమశివుని జేరు భాగ్యమ్ము నీవెగా
కెవరు పొందఁగలిగి రెందు నార్య. 71

భవానినాథు శ్రోత్రమ్ములన్,
కవిం గూర్చుత నీదువాళి
పదపీఠింబొల్చు నీరేజమ్మై,
పావిత్ర్యప్రతిపాదకమ్ము
నటరాట్పాదానుసంవాహమున్
నీవే సేయుము, నీదుహస్తముల
నున్మేషించుఁ బూజాక్రియల్. 72

విశ్వ — ఇదేమి? గురుదేవుఁ డూరకున్నాఁడు? (చెంతకుఁ బోయి) స్వామీ, పూజ నుపక్రమింపనున్నారు. (చేయి పట్టుకొని) నంవనారుస్వామీ, (కదలింప యత్నించి) హా, గురుదేవా, మమ్ము వీడిపోయితివా. (నేల వ్రాలును.)

అప్ప·— ఏమి! ఏమి! (నందు శరీరమును దాఁకి తలయూఁచి) ఈ మహానుభావుఁడు ప్రాణపుష్పముల నిడివఱకే పూజ యొనర్చి నాఁడు.

విశ్వ:— హా, గురుదేవా, నన్ను లోకమున వీడి జగత్పితృసన్నిధి కేఁగితివా? అందులకే కాఁబోలు, మాటిమాటి కిదినము శివుని ప్రత్యక్షదర్శన మనుచుంటివి. అంధుఁడనై తెలియకపోయితిని. ఇందులకు నేనే కారణము. నే నాప్రతిజ్ఞఁ బూనకున్నచో, నీ వీకోవెలయందుఁ గాకున్నమానె, జగద్దేవాలయమున నిత్యా. విర్భూతశివుని జూచుచు నుండువాఁడవు.

నాగురుఁ డైహికమ్ముల ననాకులుఁడై
త్యజియించు; దైవ మీ,

నిగతి బలమైతే, గురుఁ డగను,
నే నిట నొంటిఁ జిక్కితిన్.
ఓ గురుదేవ, నంద, కనవో
విలపించెడి యాప్తవర్గమున్. 73

అప్ప — స్వామీ, ఆగ్వసిల్లెఁడు మహానుభావుఁడా నందస్వామి. చిర విరహము నోర్వఁజాలక నటరాజమూర్తియందు లీనమైనాఁడు.

కనులు నీటను మునుఁగంగ ఘనతరార్తిఁ
గాలగళుని మా యాధారఘనునిఁ జూడ
వగచి వలపునఁ గృశియింప, నగజపతియుఁ
గొసరి జీవితకుసుమమ్ము గొనియెఁ దుదికి. 74

నీల — (శివరామదీక్షితునితో) మాలలు బ్రాహ్మణులు కావలెనన్న యీ ధర్మవ్యతిక్రమమును దేవుఁ డోర్చునా ?

శివ — (జనాం.) మూర్ఖుఁడా, ఊరకుండుము. (స్వగ) ఏమో, జాతిచేతఁ గలుగు మాలిన్యము జాలిచేరి వచ్చును గాన, జన్మాంతరమునఁ గాని ఉత్తమదేహము లభింపదేమో.

విశ్వ: — స్వామీ, నందదేవా,

జననం బొందిన మాలవై పుడమి,
నాజన్మంబు శుద్ధుండవే;
యనలం బొందఁగ నయ్యె నీకు
నిఁక; లీయార్తుల్ విషాదమ్ములున్

నే మందుండునుంబోలె నై,

తిని; నీయానతిఁ దీర్పఁగావలయు నీ

దీనుఁ గటాక్షింపుమా. 75

అప్ప:— నందనారదేవా, నీచరిత్రము మహాభక్తికిఁ బ్రమాణమై జనులకు శిరోధార్యమగును గాక.

ఈకథ భక్తలోకనిరతేష్ట

విధాయినియై రహించుచు

న్నాకవివాక్కులందును సుఖమ్మును

గూర్చు సుధాస్రవంతియై.

లోకము జాతి నెంచ

కతిలోకమహద్గుణపక్షపాతియై

ప్రాకటశాంతిసౌఖ్యరతి

భద్రగతిన్ భజియించుఁగావుతన్. 76

సమాప్తము.

నందనారు చరితము.

Y V Sree Rama Murty.
II year class Hindu College

386

కృష్ణకౌండిన్య[illegible]

1938

సర్వస్వామ్యసంకలితము]   [వెల రు. 0-12-0

ప 1. 'ఆనందప్రథమావతారసధుర్యంబు' సచ్చిదానందముల నొకటియగు నానందమును మనస్సుచేఁ దెలియఁజాలము. అది మనోమయకోశమున కవతరింపఁగా 'రస'నామమును పొందును. ఈ రసము నే ఆర్యకవు లుపాసించి తమకావ్యముల నించిరి.

సిరిగలవారికి (నటరాజాదులకు) జనించు మోహాదులను విజ్ఞానాగ్నిచే నశింపఁజేసి పర్వతారణ్యవాసులైనను (నందాదులు) తనభక్తులైన వాత్సల్యమును నెఱపు శివుఁడు మోహనివృత్తిని ఆనందానుభవము నొసంగునుగాక యని యాశయము.

ప 2. 'శ్రీరమణర్షి' అరుణాచలవాసి. ఈయన కుమారావతారమని భక్తుల నమ్మకము.

ప్రథమాంకము.

ప 3. 'సంజకెంజాయ..' నాటకమున రజస్సడంగుటయు నంతనంబరమున (చిదంబరమున) తారాదివిద్యాధినాథ మగు శాంతిస్వరూపమును నాయకుఁ డొకఁడే పొందుటయు వర్ణితము. భరతవాక్యముననునిదియే చెప్పఁబడినది. 'ప్రాకటశాంతిసౌఖ్యరతి భద్రగతిన్ భజియించుఁగావుతన్.' ఈపద్యము నాటకపరమార్థమును సూచించుచున్నది.

ప 4. 'కావేరి' ఆదనూరునకు ఉత్తరమున చిదంబరమునకు దక్షిణమున కొల్లడము గలదు. అది కావేరిశాఖల నొకటి గావున నిచ్చోట కావేరియే చెప్పఁబడినది.

పు 4. 'అబాసే మా కద్దం గాలేదు......' నందుని పూర్వజన్మ కథకు పీఠికం జూడుఁడు. తత్సంస్కారస్ఫురణము కలుగఁగాఁ దదనుగుణ

పు 4. 'ఇదియే నా నివసము.' ఈ వరమునకు కృష్ణాంతిము 6-వ పద్యమున నున్నది.

ప 6. 'కలికి ముక్తిమార్గముగా' కలిలో భక్తియే ముక్తిమార్గము.

"హరే ర్నామ హరే ర్నామ హరే ర్నామైవ కేవలమ్ ।
కలౌ నాస్త్యేవ నాస్త్యేవ నాస్త్యేవ గతి రన్యథా"

చైతన్యుఁడు.

'శౌరిసహోదరి' అంబిక. నారాయణియనియు నామెకు నామము 'పద్మాసనా భగవతీ పద్మనాభసహోదరి' లలితాసహస్రనామము ౨ అధ్యా. 65 శ్లోకము తద్భాష్యము. 'ప్రాదు ర్బభూవ త్రిపురా పద్మహస్తా సనాతనా. పద్మాసనేచ తిష్ఠన్తి విష్ణునా జిష్ణునాసహా'

పు 7. 'నాస్తిగోడు' నంబుని కనాగతజ్ఞానమును గలదు.

పు 9. 'ఈశ్వేహతంతువును' విశ్వనాథుఁడు ముముక్షువైనను సంసారమోహము మాలిని నీవలే దనుటయు ధార్మికజీవనమున నలనిపట్టుదలయు తెల్లము.

'కా తే కాన్తా.' శంకరాచార్యకృతమోహముద్గరములోనిది. 'భజ గోవిందశ్లోకము' లని యిది ప్రసిద్ధము

ద్వితీయాంకము.

ప 9. 'జ్ఞానమే మహాపాతకమా?' తమయంతరంగముల శాశ్వతముగ నున్న నిన్ను ఏమార్గమున యోగివరేణ్యులు ఎఱుఁగ నేర్చిరో ఆ మార్గమును గొనుటకైనను వీరు సమర్థులా? (మొదట జ్ఞానమునకై కోరిక,

తృతీయాంకము :

పు 18. 'గౌడసంప్రదాయము...' భరతఖండబ్రాహ్మణులు పంచద్రావిడులనియు పంచగౌడులనియు రెండుతెగలు. తమిళాంధ్రకర్ణాటకేరళమహారాష్ట్ర బ్రాహ్మణులు పంచద్రావిడులు, తదితరులు గౌడులు, గౌడులకు మత్స్యభోజనము దృష్టిదోషరాహిత్యము విశేషధర్మములు.

పు 20. 'చిదంబర మాహాత్మ్యము .' పీఠికం జూడుఁడు.

ప 11. శివదారుకావనతాండవవర్ణన. చూడుఁడు పీఠిక.

చతుర్థాంకము.

ప 13. 'మును...'సృష్టికిఁ బూర్వము నారాయణుఁ డొక్కఁడే కలఁడనియు నాస్థితి రుచింపక రెండవవిషయమును కోరి ఆయన సృష్టి యొనర్చెననియు శ్రుతి.

"స వై నైవ రేమే తస్మా దేకాకీ న రమతే, స ద్వితీయ మైచ్ఛత్, స హైతా వానాస యథా స్త్రీపుమాగ్ంసౌ సంపరిష్వక్తౌ"

బృహదారణ్యకము 3. చతుర్థబ్రాహ్మణము.

ఇట నందుఁడు ప్రార్థించు ద్వంద్వము సహచరునితోడి ద్వంద్వము.

ప 14. 'ఓహో! రుహ వాకిరాతక' కిరాతార్జునీయకథ. అర్జునుని బరీక్షింప శివుఁడు కిరాతవేషధారియై అడవిపందిని దఱుముకొని వచ్చెను. ఏకకాలమున నర్జునకిరాతకు లిర్వురు దాని నేసిరి. దానికై యిరువురికి య్యుద్ధ మాయెను. అంత నర్జునుని బాహుశక్తిని మెచ్చి

'త్వాంజలధేసు దాంచు తీరకా'. 'ఈశావాస్య మిదం సర్వమ్' అని యుపనిషత్తు. అనఁగా సర్వము నీశునిచే నావరింపఁబడి యున్న దని యొకమతము. శ్రీ అరవిందయోగు లీమతము నంగీకరించి యున్నారు.

ప 15. 'గుహాంతరమునన్' గుహ యనఁగా బుద్ధి.

అణో రణీయాన్ మహతో మహీయాన్
ఆత్మా గుహాయాం నిహితోఽస్య జంతోః "శ్రుతి.

గుహాశబ్దేన హృదయపుండరీకమధ్యవర్తినీ బుద్ధి రుచ్యతే, అని భాష్యము.

ప 16. 'దుఃఖిత . . .' దక్షయజ్ఞధ్వంసకథ.

దక్షునికూఁతురు సతీదేవి శివునిభార్య. కారణాంతరమున శివుఁడన్న దక్షునికి ద్వేషము. అతఁ డొనర్చు యజ్ఞమున కాయన శివుని బిలువ కున్నను సతి యచ్చోటి కేఁగెను. దక్షుఁ డంత శివుని దూషించెను. పతినింద నోర్వఁజాలక ఆమె యోగాగ్నిచే నాత్మదేహమును దహించు కొనెను.

'ఉమ, గిరిరాజకన్య...' కుమారసంభవకథ చూ. ప 1.

ప 17. 'ముక్తిసుధార్ద్రగీతముల్' యోగాభ్యాసకులకు వివిధ నాదములు వినవచ్చును (ఘంటావీణారవాదులు) అవియే ఇం దుద్దేశింపఁ బడినవి.

ప 18. 'ఏ తెఱుఁగన్.....' నీమార్గమా నాకుఁ దెలియదు; అన్నివైపులను నాకు బంధములే కనఁబడుచున్నవి. వీనినుండి తప్పించు కొనుటకు సాధనమా, అన్నియెడలకు నన్నుఁ ద్రిప్పునట్టి చంచలమనస్సు.

గల్గునో ఆ తేజోమయమార్గములు (అర్చిరాదిగతులు) నా కలభ్యములా ? యని భావము.

ప్రమహాఃపథ ... — తేజోమయమార్గము (అర్చిరాదిగతులు.)

'తైజసములు వైరాజాభిధానకములు
నైన లోకంబులు ధ్రువంబు లగుత నీకు.'

అంకము ౨. ఉత్తరరామచరిత్ర (వేంకటరాయశాస్త్రిలవారి యనువాదము.)

ప 20. 'ఈయఁ దలకొన్న......'

ఆనందరామాయణమున కథ ఇట్లున్నది.

ఒకప్పుడు రావణాసురుఁడు శక్తినిగూర్చి తప మొనర్ప శక్తి ప్రత్యక్షమై 'నీవు నా కొకలింగమును సమర్పింతువేని నేను ప్రసన్న నయ్యెదను' అని పలికెను. అంత నతఁడు లింగమునకై శివుని ప్రార్థించెను. ఆదేవుఁడు సంతుష్టుఁడై లింగము నేకాక పార్వతినిగూడ అతని కనుగ్రహించెను.

పు 31. ''స్నేహితుల కందఱికిని .....'' రేపు రేపనుటచే నందునికి 'తిరునాళైప్పోవా'రను నామము వచ్చినది. పీఠికఁ జూడుఁడు.

పు 32. 'సర్వాంగము .....' దర్శనస్పర్శనాదులచే శక్తిపాతము కల్గించి మహాత్ములు శిష్యుల ననుగ్రహింతురు. ఉదాహరణము. చైతన్యుఁడు నిత్యానందుని గొట్టి రామకృష్ణుఁడు వివేకానందుఁ దాఁకి శక్తిజృంభణమునకుఁ గారకులైరి. ఇందు విశేషము నటరాజభట్టరు (శిష్యప్రాయుఁడు) గురువును (నందుని) గొట్టి యనుగ్రహము పొందుట.

భక్తికే ఫలమా? ఇంతయనుగ్రహము ఏల? అని నందుని భావము. భట్టరు వే తెలంచినాడు.

పంచమాంకము:

పు 39. 'జీవప్రాయశ్చిత్తము...' మరణోన్ముఖులైన వారలకు జీవితకాల మందంతట నొనర్చిన సర్వపాతకములకు నిష్కృతిగా నొక ప్రాయశ్చిత్తకర్మ జరుపఁబడును. దానిని జీవప్రాయశ్చిత్త మని వ్యవహరింతురు. ఈప్రాయశ్చిత్తమును స్మరించుటచేతనే నటరాజభట్ట రనుభవించు నావేదన నెల్ల నునుమిన్నది.

పు 41. 'స్వరసము...' నందుని ప్రసాదదృష్టిమహిమను బరికింపుఁడు.

పు 42. 'శుద్ధభక్తి' = సాత్త్వికభక్తి. దేవపూజాదివిషయము, తామసిక యక్షాదిగణవిషయము గాదు. చూ. భగవద్గీత. అధ్యా 17, శ్లో 2.

పు 24. 'ఘనమార్గము — గొప్పమార్గము. రెండవయర్థము ఘన = మేఘముల, మార్గము = దారి, ఆకాశము లేక అంబరము. చిదంబరమున నున్నది యాకాశలింగము గదా.

షష్ఠాంకము:

ఈశ్వరశక్తి యావిర్భవించిన నందునివ్యాకృతి. దాని కితరులు భయ మందుట.

పు 32. 'దేవరాడ్గర్వవిఘాతుకు' శివుఁడు ఇంద్రుని గర్వ మణఁచిన సందర్భము లెన్నియో. వాయ్వగ్నులతో భాషించినను ఇంద్రునెడలఁ దిరస్కారమున శివుఁడు తిరోహితుఁడాయెనని యుపనిషత్తు. జలంధరో

ప 33. శంకలనుండి వెల్లగింపఁబడిన, అనఁగా శంకావిదూర మైన భావము కల మునిసమూహమునకు ధ్యానవిషయమును, సంసార పంకము నిండిన భూమియందు నివసించు జనులకు సుఖ మొసంగు తేజం పుమొత్తమును, ఓంకారస్వరూపమును, సంతోషించిన పార్వతివిపుల స్తనములచే నుపలక్షితమును, నైన శివదేహము రాగసముద్రమున మునింగి యున్న మమ్ము రక్షించుఁ గాక యని యర్థము.

ప 34. 'అనిలయోగము' = ప్రాణాయామము.

'వేయియరమ్ములచక్రమందు' = సహస్రారచక్రమందు.

ప్రాణాయామము సేయుచుండఁగా కుండలినీశక్తి ఉద్బుద్ధమై షట్చక్రములఁ జొచ్చును. కడపటి చక్రము సహస్రారము. అందుఁ జొచ్చుటకు ముందే మనస్సు రూపస్మృతిని గోల్పోవును. శక్తి సహస్రారమందు లీనము కాఁగా కేవలము కాంతియే తోఁచును. ఆ కాంతియే శివుఁడు, పరమాత్మ.

ఏ యోగగతివలన నాశివునితో సంయోగము గల్గునో ఆ యోగగతి నేను వేదనిహితాక్షరముల నతని నుతించుటచే నాకుఁ గల్గుఁ గాక యని నందుని ప్రార్థన.

ప 36. 'అంతేవాసి' = మాల.

పు 53. 'మనస్సేగదా ..' 'మన ఏవ మనుష్యాణాం కారణం బంధమోక్షయోః' అని ప్రమాణము కలదు.

సప్తమాంకము:

పు 57. 'సహ్యజ' సహ్యపర్వతమునఁ బుట్టినది, కావేరి.

డా'నన్నోర్చు' నని గంగ మహావేగమున నవతరించెను. హరుఁడు తన్ను దమణఁప నామెను తనజటామధ్యమున నొకవత్సరము దాల్చి గర్వభంగముచేసి భగీరథుని ప్రార్థనచే వదలెను.

ప 45. 'అలఘుసభ్యావాప్తి' చిత్సభయందు సభ్యులు మూఁడు వేలు. ఎల్లరును సాక్షాచ్ఛివస్వరూపు లని నమ్మకము.

ప 50. 'కోవెలనంది' తిరుప్పంగూరు దేవాలయపునంది. చిదంబరపునంది గాదు.

'బ్రహ్మైవాహ ..' ఈ శ్లోకమును దరువాతిశ్లోకమును మనీషాపంచకములోనివి. శంకరాచార్యుఁడు స్నానానంతరము గంగనుండి తిరిగివచ్చుచు నెదుట నొకమాలను గని తొలఁగు మనెను. అతఁ డెదురొక్కని శ్రుత్యాదిప్రమాణములతో భేదదర్శనము శరీరవిషయముననేని ఆత్మవిషయముననేని కూడ దని వాదించెను. శంకరుఁ డతనివైదుష్యమునకు వెఱఁగుపడి మనీషాశ్లోకపంచకము రచించి మ్రొక్కెను. అంత మాల యంతర్ధానమై యచట శివుఁడు ప్రత్యక్ష మాయెను. ఆచార్యు ననుగ్రహించెను.

ప 53. చిదంబరమాహాత్మ్యమున - వ్యాఘ్రపాదుని కోరికచే చిదంబరమున నానందతాండవమును జూప శివుఁ డావిర్భవించె ననియు నతనితోఁ గైలాసవాసు లెల్లరు పుడమికి వచ్చిరనియు కలదు.

అష్టమాంకము:

ప 65. 'విస్మృతిఁ బూన్చు' భగవంతుని లేక ఆత్మను మఱచునట్లు చేయునని భావము.

www.ingramcontent.com/pod-product-compliance
Lightning Source LLC
LaVergne TN
LVHW080004230825
819400LV00036B/1236
9781179383743